சொற்களில் சுழலும் உலகம்

சொற்களில் சுழலும் உலகம்
செல்வம் அருளானந்தம்

இலங்கை, யாழ்ப்பாணம் அருகிலுள்ள சில்லாலை என்னும் கிராமத்தில் பிறந்தார்; தற்போது கனடாவில் வசிக்கிறார். கடந்த முப்பதாண்டுகளாக இலக்கியச் சந்திப்புகளையும் கருத்தரங்குகளையும் நடத்திவருகிறார். 1986இல் பாரிஸ் ஆசியன் வெளியீடாக 'கட்டிடக்காடு' கவிதைத் தொகுதியும் தமிழினி வெளியீடாக 'எழுதித் தீரா பக்கங்கள்' எனும் தன் வரலாற்று நூலும் வெளிவந்துள்ளன. *பார்வை* (மொன்றியல், கனடா) சிற்றிதழின் ஆசிரியராக இருந்தவர். *தேடல்* சிற்றிதழின் ஆசிரியர் குழுவிலும் செயல்பட்டுள்ளார். கடந்த முப்பது வருடங்களாக கனடவிலிருந்து வெளிவரும் *காலம்* இலக்கிய இதழின் ஆசிரியர்.

கனடாவில் 'வாழும் தமிழ்' என்ற பெயரில் 1990ஆம் ஆண்டு முதல் புத்தகங்களுக்கான கண்காட்சியை நடத்திவருகிறார்.

செல்வம் அருளானந்தம்

சொற்களில் சுழலும் உலகம்

காலச்சுவடு பதிப்பகம்

அன்பார்ந்த வாசகருக்கு,

வணக்கம்.

காலச்சுவடு நூலை வாங்கியமைக்கு நன்றி.

நூலின் உள்ளடக்கம், உருவாக்கம், அட்டைப்படம் இன்ன பிற அம்சங்கள் பற்றிய உங்கள் கருத்துகளையும் ஆலோசனைகளையும் காலச்சுவடு வரவேற்கிறது. தகவல், எழுத்து, வாக்கியப் பிழைகள் தென்பட்டால் கட்டாயம் தெரிவித்து உதவுங்கள். நூல் தயாரிப்பில் கடும் குறைபாடு இருப்பின் மாற்றுப் பிரதி உங்களுக்குக் கிடைக்கக் காலச்சுவடு ஏற்பாடு செய்யும்.

மின்னஞ்சல்: publisher@kalachuvadu.com

காலச்சுவடு நாகர்கோவில் தலைமையகத்துக்கும் கடிதம் அனுப்பலாம்.

தங்கள்
எஸ்.ஆர். சுந்தரம் (கண்ணன்)
பதிப்பாளர் — நிர்வாக இயக்குநர்

சொற்களில் சுழலும் உலகம் ♦ அனுபவப் பதிவுகள் ♦ ஆசிரியர்: செல்வம் அருளானந்தம் ♦ © செல்வம் அருளானந்தம் ♦ முதல் பதிப்பு: டிசம்பர் 2019 ♦ வெளியீடு: காலச்சுவடு பப்ளிகேஷன்ஸ் (பி) லிட்., 669, கே.பி. சாலை, நாகர்கோவில் 629001 ♦ கோட்டோவியங்கள்: ட்ராட்ஸ்கி மருது

காலச்சுவடு பதிப்பக வெளியீடு: 967

coRkaLil cuzalum ulakam ♦ Experience ♦ Author: Selvam Arulanandam ♦ © Selvam Arulanandam ♦ Language: Tamil ♦ First Edition: December 2019 ♦ Size: Demy 1 x 8 ♦ Paper: 18.6 kg maplitho ♦ Pages: 160

Published by Kalachuvadu Publications Pvt. Ltd., 669, K.P. Road, Nagercoil 629001, India ♦ Phone: 91-4652-278525 ♦ e-mail: publications@kalachuvadu.com ♦ Illustrations: Trotsky Maruthu ♦ Wrapper printed at Print Specialities, Chennai 600014 ♦ Printed at Mani Offset, Chennai 600077

ISBN: 978-93-89820-33-1

12/2019/S.No. 967, kcp 2571, 18.6 (1) 9ss

ஓவியர் கருணாவுக்கு

நன்றி

இக்கட்டுரைகளை 'சொல்வது எழுதல்' என்ற பெயரில் *தாய்வீடு* (கனடா) பத்திரிகையில் கடந்த இரண்டு வருடங்களாகப் பிரசுரித்த ஆசிரியர் டிலிப்குமார்

ஒவ்வொரு தடவையும் என் இலக்கணப் பிழைகளையும் தப்பான வசன அமைப்புகளையும் திருத்த உதவிய
பொன்னையா விவேகானந்தன்

ஒவ்வோர் அத்தியாயத்திற்கும் சலிக்காமல் ஓவியம் வரைந்த நண்பர் மருது, எழுத்தாளர் இமையத்திற்கும்

காலச்சுவடு பதிப்பக நிர்வாகிகளுக்கும் அதன் உரிமையாளர் நண்பர் கண்ணனுக்கும்

பொருளடக்கம்

நுப்பதும் முப்பத்தேழு ட்றக்கும்	11
வாய்ப்பாணம் 1	23
வாய்ப்பாணம் 2	31
உன் சேலைதானே வண்ணப்பூஞ்சோலை தானே'	38
கானாள நிலமகளைக் கைவிட்டுப்போனானை 1	42
கானாள நிலமகளைக் கைவிட்டுப்போனானை 2	51
கானாள நிலமகளைக் கைவிட்டுப்போனானை 3	57
கானாள நிலமகளைக் கைவிட்டுப்போனானை 4	63
பொய்யும் பழங்கதையும்	69
சடங்கு	77
பங்கிராஸ் அண்ணர்	85
எள்ளிருக்கும் இடமின்றி உயிர் இருக்கும் இடம் நாடி	92
இம்மானுவேல் 1	99
இம்மானுவேல் 2	106
மண் கடன் 1	113
மண் கடன் 2	121
மண் கடன் 3	127
மண் கடன் 4	132
மண் கடன் 5	137
மண் கடன் 6	143
மண் கடன் 7	149
மண் கடன் 8	155

நுப்பதும் முப்பத்தேழு ட்றக்கும்

நண்பர் இந்தக் கதையைச் சொல்லத் தொடங்கும் போது பனி கொட்டும்போல இருந்தது. கதையைச் சொல்லிமுடிய காரில படிந்திருந்த பனியைத் துடைக்க அரைமணித்தியாலம் ஆச்சு.

வழமையைப்போல முதலில இருந்தோ அல்லது கடைசியில இருந்தோ கதையத் தொடங்காமல் நடுவிலை இருந்துதான் தொடங்கினார்.

நுப்பதை நான் கடசியாகக் கண்டு கதைத்தது ஒரு கல்யாண வீட்டில. அதுவும் ஒரு நாலு ஐந்து வருசத்துக்கு முன்னால.

கொண்டாட்டம் முடிஞ்சு வெளியில் வரேக்க, இரண்டுமூன்று சிநேகிதர்களுடன் நுப்பது நல்ல வெறியில் நிண்டான். என்னைக் கண்டவுடன ஓடிவந்து கட்டிப்பிடிச்சு 'ஆளே அடையாளம் தெரியாமல் மாறிவிட்டீங்கள்' எண்டான். கூட இருந்த நண்பர்களுக்கு என்னை அறிமுகப்படுத்தத் தொடங்கினான்.

அண்ணை எனக்கு எவ்வளவு உதவி செய்திருப்பார். எவ்வளவு புத்திமதி சொல்லியிருப்பார். நான் இண்டைக்கு இந்த நிலமைக்கு வந்ததுக்கு அண்ணனும் ஒரு காரணம் இவ்வளவு வெறியிலை நிண்டுகொண்டு நுப்பது இப்படிச் சொல்ல, எனக்கு வெக்கமாய் இருந்தது.

உங்களுக்கு நான் ஏதாவது செய்ய வேணும் அண்ணை, நன்றி மறக்கப்படாது என்று சொன்னவன், இப்படியே நில்லுங்கோ என்று

சொல்லிப்போட்டு, நண்பர் ஒருவரைக் கூட்டிக்கொண்டு உள்ளுக்கை போனான்.

கனகாலத்துக்கு முதல் வேண்டின காசில் ஒரு ஐந்நூறு டொலர் அவன் எனக்குத் தரக்கிடந்தது. அதைத்தான் தரப்போறான் எண்டு நினைச்சுக்கொண்டிருக்க, மண்டப வாசலிலிருந்த இரண்டு பெரிய குத்துவிளக்குகளைத் தூக்கிக் கொண்டுவந்து, அண்ணை, எங்க உங்கடை வான்? என்ரை அன்பளிப்பாய் இதைக் கொண்டுபோங்கோ. கெதியாய் வான் டிக்கியை திறவுங்கோ என்றான். மண்டபக்காரர் குத்து விளக்குகளைத் தேடி வரப்போறாங்கள் என்ற பயத்திலை நான் ஓடிப்போய் வானிலை ஏறிப் பறந்திட்டன்.

நுப்பதும் நண்பர்களும் குத்துவிளக்கோடை வாசலில் நிண்டபடி, நில்லுங்கோ நில்லுங்கோ எண்டு கத்திக்கொண்டு நிண்டாங்கள். அண்டைக்குப் பிறகு அவனை நான் காண விரும்பவும் இல்லை, காணுகிற சந்தர்ப்பமும் வரேல்லை.

கனடாவுக்கு வந்த காலத்திலை சென் கிளையர் கீல் வீதிகளின்ர சந்திக்கருகில ஒரு வீட்டு நிலக்கீழ் அறையில வாடகைக்கு இருந்தனான். மேல் வீட்டிலை ஒரு குடும்பமும் இரண்டுமூன்று பெடியங்களும் இருந்தவை.

அப்ப வீடு வாடகைக்கு எடுக்கிறது பெரிய கஸ்ரம். வீடு வாடகைக்குப் பிடிச்சுத் தந்த நண்பர், 'வீட்டுக்காறரோடை மரியாதையாக நடந்தால் இரண்டுமூன்று வருசத்துக்கு உனக்கு வீட்டுப் பிரச்சினையில்லை. அல்லாவிட்டால் ஸ்காபறோ பக்கம்தான் நீ போக வேண்டிவரும். தெரியும்தானே நேற்றும் மார்க்கம் எங்கிளிண்டன் சந்தியிலை தமிழ்ப் பெடியங்கள் சுடுபட்டவங்களாம்.'

இப்படிச் சொன்னதில நண்பருக்கு என்ன லாபமோ தெரியேல்ல, ஆனா நான் ஸ்காபறோவுக்குப் போற பயத்திலை வீட்டுக்காறரோடை பெரிய மரியாதை வைச்சு அடக்கவொடுக்கமா இருந்தன்.

30ஆம் திகதி வாடகை கொடுக்க மாத்திரம் மேலே போவன். வீட்டுக்காறர் எனக்கு வாற கடிதங்களையும் புத்தகங்களையும் தரக் கீழே வருவார். அதைவிட வேறு எந்தத் தொடர்பும் இல்லை.

ஆனால் ஒருநாள் வீட்டுவாசலில வைச்சு என்னை இன்னொருவருக்கு அறிமுகப்படுத்தேக்க, அண்ணை பெரிய படிச்சாள், அண்ணைக்கு வாற புத்தகங்களை பாத்தீங்கள் எண்டால்' (அப்ப எனக்கு ஜுனியர் விகடன், இண்டியா டுடே,

குமுதம் தபாலில் வந்துகொண்டிருந்தது) எண்டு ஒரு இழுப்பு இழுத்தபடி என்னப் பெருமையாப் பாக்க, எனக்கு மூளை நரம்பு வலிச்சமாதிரிக் கிடந்துது.

வீட்டுக்காறர் எப்பவும் வலு மரியாதையோடுதான் பழகுவார். இப்படிக் காலம் போய்க்கொண்டிருந்த நாளில மேலே ஒரு சின்னப்பெடியன் வந்துசேர்ந்தான்.

ஒரு நாள் பஸ்சிலயிருந்து இறங்கி வரேக்க, அந்தப் பொடியனக் கண்டன். சிகரெட் பத்திக்கொண்டு நிண்டவன் என்னைக் கண்டவுடன், அதை எறிஞ்சுபோட்டு என்னோட நடக்கத் தொடங்கினான். சுருள் முடியும் நீண்ட மூக்கும் பரந்த முகமுமா பார்க்கக் கம்பீரமாக இருந்தான். அவனுக்கு இருபது வயது இருக்கும்.

'தம்பி ஏன் உன்னை நுப்பது என்று கூப்பிடுகிறார்கள்? அதுதான் உன்ர பெயரோ' எண்டு கேட்டன்.

அவன் சிரித்துக்கொண்டு 'என்ர பேர் சொரூபன். சின்னனிலை எனக்கு நுப்பது சொல்ல வராது. நுப்பது நுப்பத்தொன்று நுப்பத்திரண்டு என்றுதான் சொல்லுவேன்.'

எனக்குச் சிரிப்பு வந்தது. 'இப்பவும் நுப்பது என்றுதானே சொல்லுகிறாய்' எண்டு நான் சொல்ல, ஒரு வெட்கப்பார்வை பார்த்தபடி, 'கனடாவுக்கு வரேக்க நான் பல கனவுகளோட வந்தன். அதிலை பெரிய கனவு இந்த நுப்பது என்ற பெயரை அழிச்சுச் சொந்தப் பெயரை திரும்பக் கொண்டுவாறது எண்டு. அதுகூடச் சரிவராதுபோலக் கிடக்கு. வந்ததுதான் வந்தன். ஆரேன் புது ஆட்களோட போய் இருந்திருக்கலாம். சித்தப்பனிட்டை வந்தால் எப்படி பெயர் அழியும், என்று சொன்னான்.

'என்ன வீட்டுக்காற மோகன் உன்ரை சித்தப்பாவா?' நான் ஆச்சரியப்பட்டுப் போனன்.

'அவருக்கு என்னைவிட ஒரு பத்து வயசுதான் கூட. அவர் என்ரை அப்பாவின்ரை கடசித் தம்பி' என்றவன் 'அண்ணை நான் வேலை தேடிக்கொண்டிருக்கிறேன். எங்கையாலும் வேலை சந்திச்சாச் சொல்லுங்கோ' எண்டு பவ்வியமா என்னைக் கேட்டான்.

'வேலை எப்படியும் கிடைக்கும். உன்ரை கேஸ்தான் முக்கியம். அதைக் கவனமாப் பார்' எண்டு நான் சொல்ல, 'பேப்பர் எப்படியும் கிடைக்கும் அண்ணை, வேலை அவசரம் தேவையாயிருக்கு. நான் இங்கு வர முன்னமே சித்தப்பன் என்னை ஒரு சீட்டிலை சேத்துப்போட்டான். நான் வந்து சேரேக்கை

மூண்டாவது சீட்டு கூறுகிறாங்கள். சித்தப்பா சொல்லுறான், முதல் இரண்டு சீட்டுக்காசையும் அடுத்தடுத்த மாதம் தா. இந்த மாசச் சீட்டுக்காசை நீ இந்த மாதம் கட்டாயம் தரவேணும் எண்டு. வெல்வெயர் காசு சமறிக்குத்தான் காணும்' என்று சொன்னான்.

இரண்டுபேரும் கதைத்துக்கொண்டு வர வீடு வந்திட்டுது. நானும் முயற்சிக்கிறன் என்று சொல்லிப்போட்டுக் கீழ போயிற்றன்.

இரண்டுமூன்று நாள் கழிய, ஒரு இரவுநேரம் நுப்பது குளறிக் கேட்டுது. நான் என்னெண்டு பார்க்கப்போக என்ரை மனைவி வழிமறிச்சு, 'இவன் மோகன் நுப்பதுக்கு நெடுகலும் அடிக்கிறவன். அது அவன்ரை தமையன்ரை மகன். உதுக்குள்ள நீயேன் போறாய்?' என எனக்கு ஒரு எச்சரிக்கை தந்தா.

அந்தப் பெடியன் குளறுறதைத் தாங்கமுடியவில்லை. மேலே போய்க் கதவைத் தட்டினன். மோகன்தான் திறந்து 'வாங்கண்ணை' என்றார்.

'நீங்கள் ஒரு படிச்ச ஆள். நீங்களே சொல்லுங்கோ, எத்தனை லட்சம் கட்டிக் கூப்பிட்டனான். சீட்டுக்காறன் வந்து துள்ளிப் போட்டுப் போறான். போய் வேலையைத் தேடடா எண்டால், சந்தியிலை போய் சிகரெட் குடிச்சுக்கொண்டும் வாய் பார்த்துக்கொண்டும் நிற்கிறான். டிஸ்வோசிங் செய்யமாட்டானாம். இங்கிலீஸ் படிக்கப் போறானாம். இப்ப படிக்கிற நிலமையிலா இவன்ரை குடும்பம் இருக்கு?'

'அதுக்கு ஒரு வளர்ந்த பெடியனை அடிக்கிறதோ?' எண்டு எனக்குக் கேக்கோணும்போல இருந்தாலும் நான் அடக்கிப்போட்டன்.

நுப்பது எனக்கு முகத்தைக் காட்டாமல், அழுதபடி யன்னலாலை வெளியே பார்த்துக்கொண்டு நிண்டான்.

மோகன் என்னைப் பார்த்துத் தொடர்ந்து கதைச்சுக் கொண்டே இருந்தார்.

'என்ர பெரியண்ணன்ரை மகன் இவன். அவருக்குக் குஞ்சும்குருமனுமாய் கன பிள்ளைகள். இவன்தான் மூத்தவன். ஊரிலை இவன் பெரிய அட்டகாசம். எந்த நேரமும் பொய்யும் களவுந்தான். இவன் வாய் திறக்கிறதே சாப்பிடுறதுக்கும்; பொய் சொல்லுறதுக்கும்தான்.'

இப்பிடிச் சொல்லிக்கொண்டு இடைக்கிடை நுப்பதைப் பார்ப்பார். அப்ப மோகன்ர முகத்தில கடுப்பு ஏறியிறங்கும்.

'ஊரிலை இருக்கேக்கை அண்ணன் பேசினால் அடித்தால் 'இப்ப பார் இயக்கத்திலை போய்ச் சேரப்போறேன்' எண்டு அண்ணனை வெருட்டுவானாம். மூத்த பிள்ளையல்லே. இவன் ஆளானால்தான் தன்ரை குடும்பம் நல்லாய் வரும் என்ற கனவில் அண்ணன் இருந்தவர்.

ஒரு நாள் இவன் பெடியளோட சேர்ந்து ஆற்ரையோ கிடாயைக் களவெடுத்து வித்திருக்கிறான். ஊரிலை பெரிய பிரச்சினையாப் போயிற்று.

அண்டைக்கு பின்னேரம் அண்ணர் இவனைக் கூப்பிட்டு, 'எங்கடை காணி எல்லைப் பிரச்சினையொண்டு கிடக்கு. அதை இயக்கக் காறரோடை கதைக்கவேணும், வா ஒருக்கா காம்புக்கு போயிட்டு வருவம்' எண்டு சொல்லி இவனைக் கூட்டிக்கொண்டு காம்புக்குப் போயிருக்கிறார்.

அங்க, காம்ப் பொறுப்பாளர், 'என்ன விடயமாக வந்தனீங்கள்?' எண்டு கேக்க,

அண்ணர், 'இவன் இயக்கத்திலை சேரப் போறானாம் தயவுசெய்து இவனை உங்கட இயக்கத்தில சேருங்கோ நானே கொண்டுவந்து தந்திருக்கிறன்' எண்டு சொல்லியிருக்கிறார்.

அங்கிருந்து அண்டைக்கு ஓடின இவன், ஒரு மாதத்துக்குப் பிறகுதான் வீட்டை வந்தவனாம்.

அண்ணன் என்னைக் கெஞ்சுகெஞ்சு என்று கெஞ்சினார், எப்படியும் இவனைக் கூப்பிட்டு ஆளாக்கிவிடு என்று. என்ர கஸ்ரங்களையும் பாராமல் இவனைக் கூப்பிட்டால் ஊரிலை விடுகிற சேட்டையை இஞ்சை விடப் பார்க்கிறான்?

இப்ப மோகனைப் பார்க்கவும் பாவமாய் இருந்தது.

மோகன் காலையிலை ஐந்து மணிக்கு ஒரு தொழிற்சாலைக்கு வேலைக்குபோய் அதை முடிச்சிட்டு, பின்னேரம் நாலு மணிக்கு ஒரு உணவகத்துக்குப் பீங்கான் கழுவப்போய் இரவு பன்னிரண்டு மணிக்குத்தான் வீட்டுக்கு வருவார்.

ஒருநாள் கேட்டேன், 'சரி கிழமை நாள்களில்தான் வேலையென்று திரியிறியள். சனி ஞாயிறும் காணக் கிடைக்குது இல்லை.'

'அண்ணெய் எங்கடை ஊர்ச் சமூகம் பெரிசு. ஒவ்வொரு கிழமையும் கல்யாண வீடு, சாமத்திய வீடு, பிறந்தநாள் விழா எண்டு ஏதாவதிருக்கும். விழாக்களுக்குப் போய் லயினிலை நிண்டு படம் எடுத்து, லயினிலை நிண்டு சாப்பிட்டு, லயினிலை

நிண்டு பணப்பரிசைக் கொடுத்திட்டு வர, மூன்று வேலை செய்த களைப்பல்லே வரும். ஒரு நாளும் ஓய்வில்லையண்ணன்' என்றான்.

மோகனின்ர பக்கத்திலையும் ஞாயம் இருந்துது.

மனிசி வழிமறிக்கேக்க திரும்பியிருக்கலாமோ எண்டு ஒரு எண்ணம் வந்துபோனாலும் நிலைமைய விளங்கிக்கொண்டதில ஒரு நிறைவு இருந்துது.

மோகனப் பார்த்துச் சொன்னன். 'அமைதியாய் இருங்கோ. இவன் சின்னப்பெடியன். கனடா பிடிபட்டுதெண்டால் திருந்தி வாழுவான்.'

அழுதுகொண்டு நிண்டவனை வெளியிலை கூட்டிக்கொண்டு வந்தன்.

வெளியிலை பெரிய குளிரில்லை. வீட்டுக்கு முன்னால இருந்த கல்லில அவனை இருத்தி நானும் பக்கத்தில இருந்தன். நுப்பது இப்பவும் அழுகைய நிப்பாட்டேல்ல.

ஒரு சிகரட்டை எடுத்துப் பத்திக்கொண்டு அவனுக்கும் ஒண்டைக் குடுத்தன். அதை வேண்டின நுப்பது 'உங்களுக்கு முன்னாலை பத்தமாட்டேன் பிறகு பத்திறன்' எண்டு சொல்லிப்போட்டுச் சேட்டுப் பொக்கற்றுக்குள்ள வைத்தான்.

'அழாதையடாப்பா' எண்டு நான் சொல்ல, 'நான் சும்மா அழுகிறேன் அண்ண, குளறாட்டால் சித்தப்பா தொடர்ந்தெல்லே அடிப்பான்' என்று சொல்லிச் சிரித்தான்.

மோகன் இவனுக்கு அடிக்கேக்கை இவன் அவற்றை கையை இறுக்கிப் பிடிச்சாலே அவற்றை கை முறிஞ்சு போகும் என்று நான் நினைச்சுக்கொண்டு 'சித்தப்பா உனக்கு அடிக்கேக்கை நீ திருப்பி ஒன்றும் செய்யமாட்டியே?' எண்டன்.

'ஐயோ அவன் சித்தப்பன் அல்லோ? சித்தப்பா இல்ல, எந்த மனுசனுக்கும் கை நீட்டப்படாது அண்ணன். பொய் சொல்லலாம், களவெடுக்கலாம் அடிபடுகிறது ஊத்தை வேலையண்ணன்' என்றான்.

'சித்தப்பா உன்னை வீட்டாலை கலைச்சால் என்ன செய்வாய்?' எண்டு கேக்க, அவன் சிரித்தான். இவர் என்னைக் கூப்பிடக் கட்டின காசை என்னட்ட வாங்கும் வரைக்கும் என்னக் கலைக்கமாட்டார். அதுக்கு இன்னும் மூண்டு சீட்டுப் போட வேணும் அண்ண' என்றான்.

16 செல்வம் அருளானந்தம்

கதையை மாத்தி 'ஊரிலை இப்ப நிலைமை என்ன மாதிரி இருக்கு?' என்றேன். அப்ப என்ரை மண்டை நிறைய இயக்க அரசியல் இருந்த காலம்.

அவன் 'இது ஒண்டும் சரிவராது அண்ண. அடிபட்டு வெல்லலாமோ?' என்றான்.

'டேய், தமிழர்கள் ஒன்றும் அடிபடப் போகயில்லை. எங்களுக்குத்தான்ரா அவங்கள் அடிக்கிறாங்கள்' என்றேன்.

'ஓம் அண்ண அதுக்கு அடிபட்டு என்னண்ணை செய்யிறது? முந்திப் போலிஸ்காரர்தான் ஊரிலை இருந்தாங்கள். இப்ப பொலிஸ்காரர், ஆமிக்காறர், இயக்கக்காறர் எல்லோரும் துவக்கோட திரியிறாங்கள். இது பெரிய கரைச்சல் அண்ணன். வாழுறது கொஞ்சநாள். பேசிப்பறைஞ்சுதான் ஏதாவது செய்ய வேணும்' எண்டான். அவன் இப்பிடிச் சொல்ல, நான் உணர்ச்சிவசப்பட்டுப் போனன்.

'தந்தை செல்வாவைத் தெரியுமோ?' எண்டு தொடங்கி பழைய ஜனநாயக அரசியலை அவனுக்கு விளக்கித் தந்தை செல்வாவைப் புகழ்ந்து பேசிக்கொண்டிருக்க, அப்பயா அப்படியா என்று கேட்டவன், கடைசியில 'அவரை எந்த இயக்கமண்ணை போட்டது' எண்டான். எனக்கு வாழ்க்கை வெறுத்துப் போச்சு. இவனோடை இனி அரசியல் கதைக்கிறேல்ல என்ற முடிவை அண்டைக்கு எடுத்தன்.

நுப்பது இப்ப, சந்தியிலை நிற்கிறதைவிட எங்கள் வீதியில இருக்கிற நாலாவது வீட்டுக் கயானாக்காரன் ஒருவனோட, அவன்ர வீட்டு வாசலில நிண்டு கதைக்கிறதுதான்கூட.

என்ன பாசையில கதைக்கிறாங்களோ தெரியாது, இரண்டு பேரும் சிரிச்சுச்சிரிச்சுக் கதைச்சுக்கொண்டிருக்கிறதை அடிக்கடி கண்டிருக்கிறன்.

ஒ... யா, ஒ... யா எண்டு நுப்பது சொல்லுகிற ஸ்ரையிலைப் பாத்தா வெள்ளைக்காறர் தோத்துப் போவினம்.

ஒருநாள் கயனாக்காரனின்ர ஸ்போட்ஸ் காரை இவன் ஓடிக்கொண்டு போனதைப் பாத்தன். கனடா 'லைவ் ஸ்ரைலைக்' கெதியில பிடிச்சிட்டான் மாதிரிக் கிடந்தது.

இன்னொருநாள் மேல்வீட்டிலை பெரிய சண்டைச் சத்தம் கேட்டுது. மோகன் தன் மனைசியோட வாக்குவாதப்பட்டு அவவுக்கு அடிச்ச மாதிரித் சத்தங்கள் காதில விழுந்திது. 'நான் மேல போகலாமோ?' எண்டு நினைக்கவும் என்ர மனிசி என்னப் பாக்கவும் சரியா இருந்துது.

கொஞ்ச நேரத்தாலை மோகனே கீழே வந்து என்ர வீட்டுச் சோபாவில குந்தினார். நல்லா விளங்கிட்டுது, எல்லாத்தையும் பேஸ்மண்டடிலதான் கொட்டப்போறார் எண்டு.

'என்ன மோகன் கவலையாய் இருக்கிறீங்கள்? என்ன பிரச்சினை?' நான்தான் தொடங்கினான்.

'என்ரை குடும்பத்திலை ஒரு பிரச்சினையும் இல்லை. இவன் நுப்பதாலைதான் பெரிய தலையிடியாய்க் கிடக்கு. 'வானத்தாலை போன பேயை ஏணிவைச்சு இறக்கி மடியில வைச்சிருந்த கதை'யாய் போச்சு. நுப்பது உந்தக் கயனாக்காறனோடை இராப்பகலாத் திரியிறான். போன சனி ஞாயிறும் அவனோடை நாயகாரா போல்சுக்குப் போய்க் ஹொட்டல் போட்டுத் தங்கிட்டு வந்திருக்கிறான். கேள்விப்பட்ட ஊர்ச்சனமெல்லாம் சிரிக்குதுகள். என்ர மனுசி அவனை வீட்டாலை 'கலைச்சு விடு கலைச்சுவிடு' எண்டு கத்துறா. அவனைக் கலைச்சுப்போட்டு எப்படியண்ணன் ஏஜன்சிக்குக் கட்டின காசைப் பிடிக்கிறது?'

'மோகன் இதுக்கெல்லாம் பெரிசா அலட்டிக்கொள்ளாதை. நுப்பது என்னோடை அடிக்கடி கயனாக்காறனைப் பத்திக் கதைக்கிறவன். நல்ல மனுசனாம். இப்ப நுப்பது வேலை செய்யிறான்தானே. அந்த வேலையையும் அவன்தான் எடுத்துக் குடுத்தவனாம். இடைக்கிடை றிலாக்ஸா இருந்து தண்ணி அடிக்கிறத்துக்குத் தன்னையும் கூட்டிக்கொண்டு அங்கஇங்க போறவனாம். நுப்பது வஞ்சகம் இல்லாத பெடியன். உங்களுக்கு சமறிக்காசு தாறான். சீட்டுக்காசு கட்டுறான். இதுக்கு மேலை அவன்ரை தனிப்பட்ட வாழ்க்கைக்குள்ள போகாதேயுங்கோ. போனியள் எண்டால் பிரச்சினை உங்களுக்குத்தான் மோகன். இதென்ன யாழ்ப்பாணமே? அதட்டி உருட்டி நாலு தட்டுத்தட்டுறத்துக்கு? வெளிநாடு எல்லே' எண்டு நானும் கொஞ்சம் உணர்வோட்டத்தோடதான் சொன்னன்.

நான் சொன்னதை விளங்கினாரோ இல்ல வேறேதும் யோசிச்சாரோ தெரியேல்ல, மோகன் அமைதியா இருந்தார்.

ஒருநாள் நான் நொக்கிள் பாம் கடையிலை வீட்டுச் சாமான்களை வேண்டிக்கொண்டு பஸ்சிலை வந்திறங்கி அதை இழுத்து இழுத்துக் காவிக்கொண்டு வரேக்க, பக்கத்திலை ஒரு கார் கீறிச்செண்டு வந்து நிண்டுது. 'அண்ணை காரிலை ஏறுங்கோ' எண்டு சொன்ன நுப்பது காரை விட்டிறங்கிச் சமான்களைத் தூக்கிக் காரிலை ஏத்தினான்.

'இனியண்ண வெள்ளிக்கிழமையளில என்னோடைதான் சொப்பிங்குக்கு வரவேணும்' எண்டான்.

'பறவாயில்லைத் தம்பி', 'அண்ணை நீங்கள் எனக்கு ஒரு சகோதரன் மாதிரி. நீங்கள் கார் வேண்டுற வரைக்கும் நான்தான் உதவி செய்வன்' எண்டான்.

'நுப்பது, இது உன்ர காரும் இல்லை, கயானாக்காறர் ஒண்டும் நினைக்கமாட்டாரோ?' எண்டன் நான். எனக்கு அந்தரமாக் கிடந்துது.

'அவர் ஒன்றும் நினைக்கமாட்டார் அண்ணை. அவருக்கு நான் எவ்வளவோ உதவியைச் செய்யிறன். தான் பாவிக்காத நேரத்திலை காரை நீ பாவியெண்டு தந்திட்டார். எங்கடை ஆக்களைப்போல இல்ல. அவர் திறமான ஆள்' எண்டு சொன்னவன் சட்டெண்டு, 'சரியண்ண, கயானா எந்தப் பக்கத்திலை கிடக்குது?' எண்டான்.

'எனக்கும் சரியாத் தெரியேல்லை' எண்டு பதில் சொல்லிப்போட்டு என்ரை அறிவை காட்டுறத்துக்காக 'உங்காலை தெற்குப் பக்கத்திலைதான் கிடக்க வேணும்' எண்டன். உடன அவனும் 'அப்படித்தான் நானும் நினச்சேன்' என்றான்.

அதுக்குப்பிறகு வெள்ளிக்கிழமைகளில லான்ஸ்டவுண் நொக்கிள் பாமுக்கு போய்ச் சமான்கள் வேண்டிக்கொண்டு அப்படியே லான்ஸ்டவுண் புளோர் சந்தியிலிருந்த ஒரேயொரு தமிழ் கடைக்குப் போய், தமிழ்ப்பட வீடியோக் கசெற்ரை 10 டொலர் வாடகைக்கு வேண்டிக்கொண்டுவாறது ஒரு வழமையாப் போச்சு.

நான் 'பெற்றோல் காசு தாறன்' எண்டாலும் வேண்ட மாட்டான்.

ஒருநாள் திடீரென்று நுப்பது 'ஒரு ஐம்பது டொலர் இருந்தால் தாங்கண்ணன் அடுத்த கிழமை திருப்பித்தாறன்' எண்டான். ஐம்பது டொலரைக் குடுத்தன். அடுத்த கிழமை அதைத் திருப்பி தாறத்துக்கு வந்தான்.

'நீ என்னை எத்தனை தரம் ஏத்தி இறக்கியிருப்பாய். எனக்குக் காசு வேண்டாம்' எண்டு நான் சொல்ல, வில்லங்கமாய்க் காசைத் திருப்பித் தந்தான். இன்னொருக்கா நூறு டொலர் கேட்டான். எங்கையெண்டு பாத்துக்கொண்டிருந்த நான் உடன குடுத்திட்டன். அதைத் அவன் திருப்பி தரேக்க மோகன் கண்டிட்டார். நுப்பது அங்காலை போக...

'என்ன நடக்குது? நுப்பதுக்குக் காசு ஏதும் மாறிக் குடுக்கிறீங்களோ? அவனிட்ட காசு கொடுத்தீங்கள் என்றால் திருப்பி வாங்க ஏலாது. பிறகு என்னைக் குறை சொல்லப்படாது' மோகன் ஒரு ஞாயத்தோட சொன்னார்.

‘இல்லை மோகன், அவன் நேர்மையானவன். முதல் ஐம்பது டொலர் வேண்டிட்டுத் திருப்பி தந்தவன். இப்ப நூறு டொலர் வேண்டிட்டுத் திருப்பித் தந்திருக்கிறான்’ எண்டன்.

‘அவன் உங்களிட்டைக் ‘கிறடிற் பில் பண்ணுறான்’ அண்ணன், மாட்டுப்படப் போறீங்கள்’ எண்டார் மோகன். மோகன் சொன்னமாதிரி ஒரு நேரம் வந்தது. நுப்பது ஒருநாள் அவசரமா ஓடிவந்தான்.

‘அண்ணை, எனக்கு ஒரு அவசரம், ஒரு இரண்டாயிரம் டொலர் தாங்கண்ணன். பெரிய அவசரமாய் இருக்கு’ எண்டு அழுகிற மாதிரி நின்றான்.

‘என்ன பிரச்சினை?’ என்று கேட்டன்.

‘கயானாக்காறரை ஏதோ பிரச்சினையில பொலிஸ் பிடிச்சுப் போட்டுது. உடன லோயரைப் பிடிச்சுப் பிணை எடுக்க வேணும்’ நுப்பது பதைச்சுக்கொண்டு நிண்டான்.

‘அண்ணை அண்ணை’ என்று அவன் பதைச்சுக்கொண்டு நிண்டதை என்னால தட்ட முடியேல்ல. ‘எண்னட்டை ஒரு ஆயிரம் டொலர்தான் இருக்கு. வேணுமெண்டால் அதைத் தாறன்’ எண்டு காசைக் குடுத்தன்.

இரண்டு மாதாத்தால ஐநூறு டொலரைத் திருப்பித் தந்தான். ‘மிச்சத்தைக் கெதியில தந்திருவன்’ எண்டான். காசு வரேல்ல எண்டாலும் காலம் ஓடிக்கொண்டிருந்துது.

நுப்பது இப்ப கொஞ்சம் தெளிஞ்சு பெரிய ஆள்போல வளர்ந்து நிண்டான். அழகாய் ஆங்கிலம் பேசப் பழகிட்டான். சித்தப்பனோடையும் பெரிய பிரச்சினையில்லை. தனக்கெண்டு ஒரு காரும் வாங்கிப்போட்டான். எனக்கும் அவனுக்குமுள்ள தொடர்பும் கொஞ்சம் குறைஞ்சு போச்சு. அவன் எந்த நேரமும் பெரிய பிஸியாத் திரிவான்.

ஒருநாள் ஒரு அரசியல் கூட்டம் ஒண்ட முடிச்சுக்கொண்டு, இரவு பதினொரு மணிபோல பஸ்சாலை இறங்கி வீட்டுக்கு நடந்துபோய்க்கொண்டிருந்தன்.

கயனாக்காறரன்ர வீட்டு மூலையில இருந்த மரத்தடியில ஒரு பெடியனும் பெட்டையுமாக் கட்டிப்பிடிச்சுக்கொண்டு நிண்டுதுகள். இங்கை உது சகஜந்தான் எண்டாலும் தெரிஞ்ச ஆக்களா இருக்குமோ எண்டு சாடையா உத்துப்பாத்தன்.

ஒண்டு நுப்பது. நாசமாப் போக, மண்டைக்கை ஏதோ செய்துது. அந்தப் பெட்டை கயானாக்காறரிண்ட மனைவியின்ர

சாயலாக் கிடந்துது. நல்லா உத்தும் பாக்கேலாது. வெளிச்சமும் காணாது. நான் விலத்தி அங்கால போயிற்றன். மனசுக்குக் கொஞ்சம் சங்கடமா இருந்துது. என்னதானெண்டாலும் நுப்பதில எனக்கொரு அபிப்பிராயம் இருந்தது. அடுத்தநாள் வேலை முடிய வீட்டுக்கு வழக்கம்போல நடந்துபோனன். நுப்பது வீட்டு வாசலில நிண்டான்.

நான் ‘எப்படித் தம்பி’ எண்டு சம்பிரதாயத்துக்குக் கேட்டுப்போட்டு வீட்டுக்குள்ள போக, என்ரை கையைப் பிடிச்சு ‘நில்லுங்கண்ணன்’ எண்டான்.

நுப்பதுக்கு நல்ல வெறி. ‘கையை விடு’ எண்டு உதறினன். அவனோட கதைக்கப் பெரிசா மனசு இடம் குடுக்கேல்ல.

‘அண்ணெய் எனக்கேதும் புத்திமதி சொல்லுங்கோ, என்னை திருத்துங்கோ அண்ணன்’ எண்டு கைய விடாம அழுதான்.

அவரும் அவற்ரை வெறியும். கன்னத்தைப் பொத்தி நாலு இழுக்கவேணும்போலக் கிடந்தது. இலவசம்தானே எண்டு புத்திமதி எண்ட பெயரில அவனிட்ட கனதரம் கதைச்சிருக்கிறன்.

‘தம்பி உனக்கு அருமையான சந்தர்ப்பம் கிடைச்சு நல்ல நாட்டுக்கு வந்திருக்கிறாய். ஊரிலை எனக்கு உந்த வயதுதான் இருந்தது. அப்ப ஒரு சைக்கிள் தடிகூட என்னிட்ட இல்லை. இஞ்சை உனக்கு எவ்வளவோ வசதிகள் இருக்கு. இப்ப நீ ஓடுற கார் அப்ப ஊரிலை என்னட்டை நிண்டிருந்தால் மேயற்ரை பெட்டையையே சுழட்டியிருப்பன். கொஞ்சம் கஸ்ரப்பட்டு உழைச்சியெண்டால் உன்ரை சிமாட்டுக்கு இஞ்ச நீ பெரியாளாய் வருவாய்.’

உள்ளுக்குள்ள கோபத்தை வைச்சுக்கொண்டு வாயில வந்ததைச் சொல்லிப் போட்டன். நுப்பது பேசாம நிண்டான். கொஞ்ச நேரம் கோபமாய் நிண்ட நான், ‘நீ உன்னர வீட்டை நினைச்சுப் பாத்தியே? உன்ர அப்பா அம்மா ஊரிலை எவ்வளவு கஸ்ரப்படுகினம்? உன்ர சகோதரங்களில ஒண்டையாவது கூப்பிடமாட்டியோ? மோகன்ரை பணத்தையே நீ இன்னும் குடுத்து முடிக்கேல்லையாம்? அதுக்கிடையிலை . . . அது சரி . . . யார் அந்தப் பொம்பிளை?’ எண்டு கேட்டன்.

‘அது கயானாக்காறரின்ர மனிசியின்ர தங்கச்சி. அவ புருசனை விட்டிட்டுத் தமக்கையிட்ட வந்திருக்கிறா. அவ என்னை விரும்புறா. நான் என்னண்ணை செய்யிறது? பெண் பாவம் பொல்லாது அல்லே. அவ ஒரு றக் கொம்பனியில பொறுப்பாளரா இருக்கிறா. இப்ப என்னை றக் ஓடிப் பழகட்டாம். அடுத்த மாதம் தொடக்கம் றக் பழகப்போறன்’ எண்டான்.

‘நீ எல்லாத்தையும் டிசைட் பண்ணிப்போட்டுப் பிறகேன் என்னட்ட வந்து புத்தி கேக்கிறாய்? கெடுகுடி சொற் கேளாது’ எண்டு கோபமாய்ச் சொல்லிப்போட்டு, ‘என்ன அவளைக் கலியாணம் செய்யப் போறியோ?’ எண்டன். ‘உனக்கு இன்னும் 23 வயதுகூட ஆகேல்ல’ எண்டு நான் திருப்பியும் சொல்லத் தொடங்க, அவன் இடைமறிச்சு, ‘அண்ண, நான் கலியாணம் முடிக்கிறேனோ இல்லையோ நுப்பது வயது வரேக்கை நான் இப்படி றஸ்தி அடிக்கமாட்டன். பெரியாளாய் இருப்பன். இல்லாட்டில் கனடாவை விட்டு வேறை நாட்டுக்குப் போயிடுவன்’ எண்டான். இப்ப அவன் அழேல்லை. அலம்பிக்கொண்டிருந்தான். நான் மெல்லமாய் விலத்திப் போயிட்டன். இரண்டொரு கிழமையால ‘நுப்பது அந்தப் பெட்டையோட ஓடிப்போயிட்டானாம்’ எண்டு மோகன் கவலையோடு சொன்னார். அதுக்குப்பிறகு நானும் வீடு மாறி ஸ்கார்பறோ பக்கம் வந்திட்டன். பிறகு மோகனை ஒரு நாள் காணேக்க, நுப்பதின்ர கொம்பனியில தான் வேலை செய்யிறதாகவும் அவன் தாய் தகப்பன் சகோதரங்கள் எல்லாரையும் கனடாவுக்குக் கூப்பிட்டதாயும் சொன்னார்.

இந்தக் கதை, ஏன் இப்ப வந்ததெண்டதையும் நான் உங்களுக்குச் சொல்ல வேணும். நான் போன சனிக்கிழமை ஒரு விழாவுக்குப் போயிருந்தன்.

அது ஒரு பெரிய விழா. அதுக்குப் பிரதம விருந்தினரா ஒரு பெரிய தமிழ்த் தொழிலதிபர் வர இருப்பதாய்ச் சொல்லிச்சினம். அவரும் வந்து மேடையில பேசினார். ‘நான் கனடாவுக்கு வெறுங்கையோடை வந்து இண்டைக்கு 37 றக்குகளுக்குச் சொந்தக்காரனாயிருக்கிறன்’ எண்டு தன்னைப் பத்திச் சொன்னார். என்ர கவனம் அங்க பெரிசா இருக்கேல்ல. ஆனா குரல் ஏதோ பரிச்சயமாக் கிடந்துது. உத்துப் பாத்தன். ‘அட இவன் நுப்பது.’ கூட்டம் முடிய முதலே வெளிக்கிட்டு வெளியால வந்திட்டன். கண்டால் கட்டிப் பிடிப்பான். என்ன உதவியண்ண வேணும் எண்டு கேட்பான். இதெல்லாம் தேவையா?

ஒரு சந்தேகத்தில நண்பரைக் கேட்டேன். ‘இந்த பிரதம விருந்தினர் மேடையில 37 றக் எண்டு சொல்லேக்க, நுப்பத்தியேழு எண்டவரோ இல்ல, முப்பத்தியேழு எண்டவரோ?’

‘தனக்கு இப்ப தமிழ் மறந்து போச்செண்டு சொல்லிக் கனக்க ஆங்கிலத்திலதானே கதைச்சவர்’ எண்டார் நண்பர்.

கனடாவை நினைச்சு வியந்துதான் போனன்.

வாய்ப்பாணம் 1

இந்தமுறை தமிழ்நாட்டுக்குப் போய்விட்டு, பிறகு யாழ்ப்பாணம் போறதுதான் திட்டம்.

யாழ்ப்பாணத்திற்குப் போறத்துக்கு முதல் சென்னைப் புத்தகக் காட்சிக்குச் சென்று வந்தேன். இயல்பாகவே சென்னையில் 'நின்றால் கூட்டம், நடந்தால் ஊர்வலம்' என்று சனம் குவிந்திருக்கும். புத்தகக் காட்சியும் நிறைந்து வழிந்தது. பார்க்கின்ற எல்லோர் கைகளிலும் புத்தகங்கள். இது வீக்கமா? வளர்ச்சியா? என்று சொல்லத் தெரியவில்லை. பல ஆண்டுகளுக்கு முன்பாக, நாங்கள் பெரிதாக நினைக்கும் எழுத்தாளர்களின் ஐந்நூறு புத்தகங்கள் விற்பதற்கு ஐந்து வருடங்கள் ஆகின.

வந்தவர்கள் வாசிக்கிறார்களா? யோசிக்கிறார்களா? என்று தெரியவில்லை. 'காலச்சுவடு' விற்பனை நிலையம் திருவிழா போல் நிறைந்திருந்தது. நான் பார்த்து வியந்த இன்னொரு விற்பனை நிலையம் 'விடியல்' பதிப்பகம். அம்பேத்கர், பெரியார் போன்றவர்களின் புத்தகங்களை இளைஞர்கள் அள்ளிக்கொண்டு நின்றார்கள். அப்புத்தகங்கள் முடிவடைந்து பலர் வெறுங்கையோடு சென்றார்கள்.

'பெருகிச் செல்லும் புத்தக விற்பனையால் இனித் தமிழ்நாட்டில் ஏதாவது மாற்றங்கள் வருமோ?' என் தமிழ்நாட்டு நண்பரிடம் கேட்டேன்.

'பல வருடங்களாக இந்த திமுக, அதிமுக ஆட்சி நடந்த காலங்களைப் பார்த்துவிட்டோம், மாற்றங்களுக்கு எந்தச் சாத்தியமும் இல்லை' என்றார்.

'இப்போது புதிதாகச் சினிமா ரசிகர்கள் ஆதரவுள்ள ரஜினிகாந், கமல்ஹாசன் போன்றவர்கள் தாங்கள் நல்லாய் தமிழ்நாட்டை ஆளப்போறம் என்று வருகிறார்களே?' என்றேன்.

அவர் முறைத்துப் பார்த்தார். 'இந்த நாற்பது வருடத்தில் இவர்கள் ஒரு நல்ல தமிழ் சினிமாவை உலகுக்குத் தரவில்லை, தமிழர்களுக்காக நல்ல ஆட்சியையா தரப்போகிறார்கள்?' எனக் கோபப்பட்டார்.

அங்கிருந்த கண்காட்சி அரங்கொன்றில் ஒருவர் பேசிக் கொண்டிருந்தார். அந்தப் பேச்சைக் கொஞ்சம் நேரம் கேட்டேன்.

'தமிழ்நாட்டில் இன்றும் மூன்று தமிழ்தான் இருக்கின்றது. ஒன்று சினிமாத் தமிழ், படத்தில் தமிழ் பேசிக்கொண்டே இடைக்கிடை ஆங்கிலம் கலப்பார்கள்; இரண்டு தொலைக்காட்சித் தமிழ், ஆங்கிலத்தில் பேசிக்கொண்டு இடைக்கிடை தமிழ் கதைப் பார்கள்; மூன்றாம் தமிழ் தொலைபேசிக் குறுஞ்செய்தி; தமிழை ஆங்கிலத்தில் எழுதி உரையாடுவார்கள். மூவேந்தர் ஆண்ட மண் அல்லோ மூன்று தமிழும் வாழ்க' என்று பேசிக்கொண்டிருந்தார்.

யாழ்ப்பாணம் போய்ச் சேர்ந்தன்.

யாழ்ப்பாணப் பட்டணம் வந்திறங்கி, ஊருக்குப் போறத்துக்கு, ஆட்டோ ஓட்டுநர்[1] ஆயிரம் ரூபா பேசினார். இறங்கேக்க, ஆயிரத்து நூறு ரூபா வேண்டினார். 'இறங்குற இடம் மாதா கோயிலடி எண்டுதானே சொன்னீங்கள்? இது வேற மாதா கோயில், நூறு ரூபா மேல வை' எண்டு விடியப்புறம் சத்தம் வைத்தார். 1,100 ரூபா பெரிய காசாகப் பட்டுது. இருக்கிற பத்து நாளும்

---

1 ஆட்டோக்காரர்

பத்துத் தடவை யாழ்ப்பாணம் போய்வர இருபது ஆயிரத்துக்கு மேல முடியும். இது அநியாயம் எண்டு கணக்குப் பாத்தன்; இங்கு இருக்கிற நாள் முழுவதும் பொதுப் போக்குவரத்தையே பாவிப்பதாக முடிவு செய்தேன். மினி பஸ்சுக்கு ஆக நாற்பது ரூபாதான்.

யாழ் பட்டணத்துக்குப் போற பஸ் எங்கடை ஊரிலை இருந்துதான் வெளிக்கிடும். ஏறிக் குந்தினால் ஒரு மணித்தியாலத்தின் பின், யாழ் பட்டணம் போய்ச்சேரலாம். ஆனால் திரும்பி வாறதுதான் பிரச்சினை.

எங்கடை ஊருக்கு வாறது இலங்கைப் போக்குவரத்துச் சபை பஸ் எண்டால் பிரச்சினை இல்லை. மினி பஸ்தான் வரும். மினி பஸ்கள் நிக்கிற வீதிக்குப் போனால், எல்லா பஸ்சும் வெளிக்கிட்டபடி, புகையைக் கக்கிக்கொண்டு இந்தா இந்தா எண்டு நிக்கும். நடத்துநரோ இல்லாட்டி, அங்க கொமிசனுக்காக வேலை செய்யிறவங்களோ, வாங்கோ வாங்கோ எனக் கத்தியபடிதான் இருப்பார்கள். ஆட்களைத் தூக்கி ஏத்தாக் குறைதான் மிச்சம்.

நான் ஒருக்கா, போற பஸ் எதுவெண்டு தடுமாறிக்கொண்டு நிக்க, சில்லாலைக்கு போற என்னை கண்டாவளை பஸ்சில நடத்துநர் தம்பி போஸ் பண்ணி ஏத்தப் பார்த்தார்.

அந்த மினி பஸ்சுகள் எப்பவும் நிரம்பினபடிதான் இருக்கும். 'உடனே போகுமோ தம்பி எண்டு' கேட்டால் 'இன்னும் ஐஞ்சு நிமிடத்தில வெளிக்கிடுது அண்ணை ஏறுங்கோ ஏறுங்கோ' எண்டு கையப் பிடிச்சு ஏத்திப்போடுவாங்கள்.

அது கொஞ்ச நேரத்தில் வெளிக்கிட்டுப் பத்தடி போய் திரும்ப நிக்கும். அந்தத் தம்பி திரும்பக் கீழ இறங்கி நிண்டபடி, சங்கானை, சித்தங்கேணி, பண்டத்தரிப்பு, சில்லாலை எண்டு திரும்பக் கூவத் தொடங்குவார். எங்கை நிப்பாட்டோனும் எப்ப எடுக்கோணும் எண்டுறதை அத்துப்படியாத் தெரிஞ்சு வைச்சிருக்கிற பஸ்சின்ர ஓட்டுநர், 'கை போடவா கால் போடவா' போன்ற காதல் பாடல்களை இன்னும் உரத்துவைப்பார். அந்த பஸ்சுக்குள்ள ஒண்டும் வலிஞ்சு உரசத் தேவையில்லை. எல்லாற்ர எல்லாமும் உரசிக்கொண்டுதானிருக்கும் சுரணை எதுவும் இல்லாம.

முன்பு யாழ்ப்பாணத்தில் வாழ்ந்த காலத்தில் ஒரு சந்தோசம் இருந்தது. இ.போ.ச பஸ் நடத்துநர் பயணிகளைப் பின்னாலை ஏத்தி, முன்னுக்குப் போ முன்னுக்குப் போ முன்னுக்குப் போ எண்டு அப்பன் அம்மாவிற்கு இல்லாத அக்கறையோட

கத்துவார். அப்ப ஒரு வெறி வரும், வாழ்க்கையிலை எப்படியும் முன்னுக்கு வந்துவிட வேணும் எண்டு. கனபேரை முன்னுக்குத் தள்ளின பெருமை எங்கட இ.போ.ச நடத்துநர்மாருக்கு உண்டு.

இப்ப மினி பஸ்சில பின்னுக்குப் போ பின்னுக்குப் போ என நடத்துநர் தம்பி சத்தம் போட்டுக்கொண்டு நிற்பார். எவ்வளவு தூரம் பின்னுக்கு வந்தாச்சு இனியெங்க பின்னுக்குப் போறது?

பிறகும் பஸ் வெளிக்கிடாது. திரும்பவும் ஒரு இருபது அடி போய் நிக்க, தொங்கிக்கொண்டிருந்த நடத்துநர் தம்பி கொஞ்சமும் களைக்காமல், வாங்கே வாங்கோ என லாகவம் சிதறாமல் கத்துவார். ஒருவழியா பஸ் நிறையும். நிறைஞ்ச பிறகும் வெளிக்கிடமாட்டார்கள். நடத்துநர் தம்பி கீழே இறங்கிப் பஸ்சுக்கு வெளியாலை நிண்டு, யன்னுக்குள்ளால பிரயாணிகளுக்குள்ள இருக்கிற இடைவெளியை பார்ப்பார். ‘அண்ணை இன்னும் தள்ளி நில்லுங்கோ’ அக்கா நீங்க இன்னும் பின்னால அரக்கலாம்’ எண்டு காத்துப்புகாத அளவுக்கு இடைவெளியள நெருக்குவார். ஒருவழியா வெற்றிடங்கள் உருவாக்கி, இன்னும் கொஞ்சப் பேரை ஏத்துவார். பல்லுயிர்களை ஓர் உடலாக்கும் முயற்சியில் மனம் தளராமல் ஈடுபடுவார்.

என்னத்தைச் சொன்னாலும் யாழ்ப்பாணம் இயங்கிக் கொண்டுதான் இருக்கிறது.

கோயிலடியில கனகாலத்துக்குப் பிற துரைசிங்கம் அண்ணனக் கண்டன். ‘எப்படியண்ணன் இருக்கிறீர்கள்? எப்படிப் போகுது நாடு?’ எண்ட என்ர எந்தக் கேள்விக்கும் அவரிட்டயிருந்து பதில் இல்லை. அவர் மாத்திரம் இல்ல, நான் சந்தித்த பல நண்பர்களும் உறவினர்களும் கடந்தகாலத்தைப் பேச விரும்பாமல்தான் இருந்தார்கள்.

‘உங்கள் கடந்தகாலத்தை ஜீரணித்தாக வேண்டும். கடந்தகாலத்தை வெறுமனே உங்கள் ஞாபகத்தில் வைத்திருப்பது உங்களுக்கு உதவாது. அதை ஜீரணித்தால்தான் அது உங்களுக்கு உதவும். நீங்கள் கடந்தகாலத்தை ஜீரணித்தால்தான், கடந்த காலத்திலிருந்து விடுதலை பெறுவீர்கள். அவ்வாறு செய்வதன் மூலம்தான் நீங்கள் அதைப் பயன்படுத்த முடியும். அதனால் உங்களைப் பயன்படுத்த முடியாது’ என்று ஓசோ சொன்னதை எல்லோரும் வாசிச்சு விளங்கிக்கொண்டவர்கள் போல் இருந்தார்கள்.

துரைசிங்கண்ணனுக்கு எழுபத்திரண்டு வயது இருக்கலாம். யாழ்ப்பாணத்தைவிட்டு அகலாத மனுசன். இரண்டுமூன்று தரம் மடுமாதா கோவிலுக்கும் கொழும்புக்கும்

போய்வந்ததைத் தவிர்த்துப் பார்த்தால் அவற்ரை முழுவாழ்வும் யாழ்ப்பாணத்திலதான். எந்தக் கதை சொன்னாலும் உண்மையும் சிரிப்பும் இருக்கும். ஒருமுறை கனடாவிலிருந்து தொலைபேசியில உரையாடும்போது தன்ரை மகள் ஒருவனை காதலித்துக் கல்யாணம் முடித்துவிட்டா என்றார். மருமகன் என்ன வேலை செய்கிறார்? எண்டு நான் கேட்க, அவர் தன்ரை தகப்பனுக்கு உதவியாயிருக்கிறார் என்றார். அப்ப தகப்பன் என்ன செய்கிறார்? என்று கேட்க, அவர் 'சும்மா இருக்கிறார்' என்றார்.

இந்தியன் ஆமி வந்திருந்தபோது ஒரு சுற்றிவளைப்பில், ஒழுங்கையாலை போன இவரையும் இவற்ரை நாயையும் நீண்ட நேரம் மறிச்சு வைச்சிருந்திருக்கிறாங்கள்.

நேரம் நீண்டுபோக, தங்களுக்கு வந்த சாப்பாட்டில கொஞ்சத்தை ஆமி இவருக்குக் கொடுத்திருக்கிறான். 'இதை என்ரை நாய்க்குப் போடு அது சாப்பிடுமோ என்று பார்ப்போம்' எண்டு வாய் காட்டியிருக்கிறார். பக்கத்தில நிண்ட ஒரு தமிழ் இயக்கப் பெடியன் வஞ்சகமில்லாமல் அதை ஆமிக்கு சொல்ல, அவன் இவருக்கு நல்ல சாம்பல் சாத்துச் சாத்தினான்.

யாழ்ப்பாண வெளியேற்றத்தின்போது, சில பெடியள் இவரை வெளியேறச் சொல்லியிருக்கிறாங்கள். 'தம்பி யாழ்ப்பாணத்துக்கு ஆமி வருகுது எண்டு வன்னிக்குப் போறம், வன்னிக்கு ஆமி வந்தால் கொழும்புக்கோ போறது?' என்று வாய்த் தர்க்கப்பட்டு, நாவற்குழி மட்டும் போய், நாலு நாளில திரும்பிவந்துவிட்டார்.

துரைசிங்கண்ணனைக் கண்ட பொழுதில, சில பழைய ஞாபகங்கள் வந்ததைத் தடுக்க முடியேல்ல.

அந்தக் காலத்தில, எனக்குக் கள்ளு வேண்டித் தாறவர். அந்த நன்றி எப்பவும் என்னட்ட இருந்தது. பொதுவா அண்ண, தண்ணி கொஞ்சம் அடிச்சிட்டாரெண்டால் அப்பப்ப கடந்தகாலக் கதைகளைக் கொட்டுவார்.

'கறுப்பு[2] கொண்டு வந்தனான் வீட்டுக்கு வாங்கோ' எண்டு அண்ணன வீட்டுக்குக் கூட்டிக்கொண்டு வந்திட்டன். முதல் கேள்வியாக 'இந்த தேர்தல் எப்படிப் போகும் அண்ணை' எண்டு கேட்டன்.

முன்பு இல்லாத பழக்கம் ஒண்டு இப்ப துரைசிங்கம் அண்ணனிட்ட இருந்தது. வாய் நிறையப் பாக்கு வெத்திலை போடுறது. பாக்கைத் துப்பிப்போட்டு ஒரு சொட்டு அடிச்சார். பிறகு கொஞ்சம் மனம் இரங்கிக் கதைக்கத் தொடங்கினார்.

---

2 Black Lebel – சாராயம்

'தம்பி எங்கடை தமிழ் விதானைமாற்ரை புண்ணியத்திலைதான் எங்கடை தொகுதிகள் இருக்கு. செத்துப் போனவங்கள், வெளிநாட்டுக்குப் போனவங்கள் எல்லாரையும் சேத்துத்தான் விதானைமார் கணக்குக் காட்டினவங்கள். நீயே பாரன் மூன்று வீட்டுக்கு ஒரு வீட்டிலைதான் ஆட்கள் இருக்கினம். உண்மையான புள்ளிவிபரம் எடுக்கேக்கை, இப்ப இருக்கிற மூன்று தொகுதி ஒரு தொகுதியாப் போயிடும்,'

'சரி அண்ண, அதை விடுங்கோ நான் கேள்விப்பட்டன் முந்தியொருக்கா நீங்கள் அவையோடை ஏதோ பிரச்சினைப் பட்டியள் எண்டு?'

'ஓமடா, என்ரை பூமணத்தான் காணிக்கை நிண்ட இருபது இருபந்தைந்து பனைகளைத் தறிச்சுத் தங்கடை தேவைக்கு எடுத்துப் போட்டாங்கள். புழுத்தபாட்டிலை பேசிப்போட்டன். இப்ப அந்தக் கோபம் எல்லாம் போயிற்று. எனக்குப் பனைதான் போனது. அவங்கள் தங்களையும் கொடுத்து தங்கள் குடும்பங்களையும் குடுத்துக் காத்தாப் போயிற்றாங்கள்.'

நானும் ஒரு சொட்டு அடிச்சன். துரைசிங்கம் அண்ணன் போனமுறை சொன்ன கதையொன்று ஞாபகத்தில வந்தது.

'அப்ப அந்த இயக்கம்தான் பிரபல்யம். ஆமியோடை சண்டை பிடிக்காமல் ஊருக்குள்ளை என்ன செய்யலாம் எண்டு அவர்கள் அலைந்து திரிஞ்சுகொண்டிருந்த காலம். எங்கட அயல் ஊர் சம்மாட்டி சிங்கத்துக்கு, ஐஸ் அடிச்சு மீன் ஏத்தவந்த ஒரு சிங்களப் பையன் அந்த ஊருக்குள்ளேயே ஒரு பெண்ணைக் காதலிச்சுக் கல்யாணம் முடிச்சு சந்தோசமாய் இருந்தவன். தன்ர மனைவியை மட்டும் இல்ல, அந்த ஊரையே நேசிச்சவன். இயக்கங்கள் தொடங்க ஊர்ப் பெடியங்களை ஆமி, பொலிஸ் பிடிச்சுக்கொண்டு போறது வழக்கமாப் போச்சு. ஊர் ஆட்கள் இந்தப் பெடியனைப் பிடிச்சுத்தான் தங்கட பிள்ளைகளை மீட்கக் காம்புக்குப் போவார்கள். அவனும் சிங்களம் கதைச்சுத் தன்னாலான உதவியைச் செய்து, கருவாடும் காசும் கொடுத்துப் பல பேரை மீட்டிருக்கிறான். ஒரு நாள் இவன்ரை மனைவி ஞாயிற்றுக்கிழமை பூசைக்குப்போக, அந்த இயக்கம் வந்து இவனைப் பிடித்துகொண்டு போட்டுது. அவன்ர மனைவியின்ர தங்கச்சி கோயிலுக்கு ஓடிவந்து குளறினபடி, 'அக்கா அக்கா அத்தானை பிடிச்சிக்கொண்டு போறாங்கள்' என்று சொல்ல, அவவும் குளறிக்கொண்டு போறதுக்கிடையில, 'பெடியன சந்தியில வைத்துச் சுட்டுப்போட்டு, சடலத்தை மின்கம்பத்தில மாட்டியிருந்தாங்கள். அந்த உடலில மாட்டுறத்துக்காகக் காட்டிக் கொடுத்தவன் என்ற ஒரு போர்டையும் எழுதிக்கொண்டிருந்தாங்கள்.'

'அந்தக் பெண்ணின்ரை கண்ணீருக்கு என்னடா பதில்?' எண்டு துரைசிங்கம் அண்ணன் அப்ப குளறினது எனக்கு இப்பவும் கேக்குது.

துரைசிங்கம் அண்ணனுக்கும் எனக்கும் இப்ப வெறி.

'இந்த முப்பது வருச யுத்தத்தில உங்களை மிகவும் பாதித்த சம்பவம் எது அண்ணை?' என்றேன்.

'சொல்லுறன் சொல்லுறன்டா சொல்லுறன்' எண்டார். கறுப்பு வேலை செய்யத் தொடங்கிட்டுது.

இன்றுவரை விளங்காமலும் விளங்க முயற்சித்தால் அழுகை வருவதைத் தவிர்க்க முடியாமலும் இருக்கிற சம்பவம் அது. சம்பவத்தை முழுசா உள்வாங்குற மாதிரி, கொஞ்ச நேரம் மௌனமா இருந்தார். பிறகு மெல்லத் தொடங்கினார்.

'என்ர வீட்டிலை செல் விழ, நான் அந்த ஊரிலை போய்க் கொஞ்சநாள் இருந்தனான். 'ஒரு பெடியனைப் பிடிச்சுச் சந்திக்குக் கொண்டுபோறாங்கள்' எண்டு பரபரப்பா ஓடிக்கொண்டிருந்த ஒருவர் சொல்லிப் போட்டுப்போக, எனக்கு மனம் கேக்கேல்ல. என்னவெண்டு பாக்குறத்துக்கு நானும் சந்திக்குப் போனன். என்னை மாதிரி கொஞ்சப் பேர் அங்க நிண்டிச்சினம். விடுப்புப் பாக்க நிக்கிறாங்களா? இல்ல விறைச்சுப்போய் நிக்கிறாங்களா எண்டு எனக்குத் தெரியேல்ல. அதில நானும் ஒருத்தனா நிண்டன். ஒரு சுவர் ஓரத்தில, பிடிச்சுக்கொண்டுபோன பெடியனை நிப்பாட்டியிருந்தாங்கள். நெடுநெடுவெண்டு உசந்த பெடியன். நல்ல சடைச்ச தலைமயிரும் ஒளி நிறைஞ்ச கண்ணுமா, பாக்க நல்ல அழகாய் இருந்தான். இவனைப் பிடிச்சுக்கொண்டு வந்தவங்கள், அவனை சுவரோட சாத்தி நிப்பாட்டினாங்கள். அவங்களில ஒருத்தன், அந்தக் கும்பலுக்குத் தலைவனா இருப்பான்போல. பக்கத்தில நிண்ட, தங்கள விடச் சின்னவன் ஒருவனைக் கூப்பிட்டான். அவனும் வேடிக்கை பாக்கவந்த பெடியன் மாதிரித்தான் இருந்தான். கூப்பிட்டவன், அவன்ர கையில துவக்கைக் குடுத்தான். 'இது உனக்கு ரெயினிங். எங்க இவனைச் சுடு பாப்பம்' என்றான். வேடிக்கை பாக்கவந்தவன் மாதிரியிருந்த சின்னவன், கையில துவக்க வாங்கினவுடன உசாராகி வேற மாதிரியாயிட்டான். ஆரோ சொல்லிக் குடுத்ததை ஞாபகத்தில வைச்சு, துவக்க லோட் பண்ணினான். சுவரோட நிண்டவனைப் பாத்துக் குறிவைச்சான். அவனை இழுத்துக்கொண்டுவந்த கும்பலில ஒருவன், என்ன நினைச்சானோ தெரியேல்ல, 'சுடாதை நிப்பாட்டு' எண்டு சின்னவனை மறிச்சுப் போட்டு, 'சுட முதல்ல அவனிட்ட கேள்... உன்ர கடைசி ஆசை என்னவெண்டு?' எண்டு சொல்லிப்போட்டுப் பெருமையா நிண்டான். சின்னவன்

படங்களில் பாத்திருப்பான்போல, ஒரு ஜட்ஜ் மாதிரித்தான் கேட்டான், 'உன்ர கடைசி ஆசை என்னடா?' சாவுக்கான எந்தக் கலக்கமும் அவனிட்டத் தெரியேல்ல. அவன் தயக்கமே இல்லாமல் கேட்டான். 'நான் ஒரு சிகரட் பத்த வேணும்.' சின்னவன் சீனியர்மாரைப் பாத்தான். சம்மதம் கிடைச்சிருக்கும்போல. பிறகு சுத்தி நிண்ட ஆட்களிட்டப் போய் சிகரட் ஒண்டு வாங்கினான். இன்னுமொருவர் நெருப்புப் பெட்டி குடுத்தார்.

சுவரோட நிண்டவன், மிக இயல்பாய் சிகரட்டைப் பத்த வைச்சான். புகைய இழுத்து மூக்காலையும் வாயாலையும் அனுபவிச்சு விட்டான். பாதி சிகரட் முடிஞ்ச பிறகு, அதை எறிஞ்சான். 'இப்ப சுடுங்கோ' எண்டு சொல்லிப்போட்டுச் சிரிச்சான். சுத்தி நிண்ட எல்லாருக்கும் கேக்கிற மாதிரி சத்தமாத்தான் சிரிச்சான். 'ஒத்த வெடிக்குப் பிறகு அவன்ர தலை கவிழேக்க, நான் மனிசனாப் பிறந்ததுக்காக வெக்கப்பட்டன். எனக்குள்ள இருந்த வார்த்தைகளும் செத்துப் போச்சுது'. இனி யாரோடையும் கனக்கக் கதைக்கப்படாது எண்டு வெத்தில பாக்கைக் குதப்பத் தொடங்கினன்' என்றார்.

நான் அதிர்ந்து போனன்.

துரைசிங்கமண்ணனின்ர வெத்திலைச்சிவப்பு இவ்வளவு செறிவானதா?

வாய்ப்பாணம் 2

'வீட்டுப்பக்கம் வா சாப்பிட்டிட்டுப் போகலாம்' எண்டார் துரைசிங்கம் அண்ணர். அடுத்தடுத்த நாள் மத்தியானம் துரைசிங்கம் அண்ணன் வீட்டில சாப்பாடு. மரவள்ளிக் கிழங்கும் கணவாய் அவியலும் தொட்டுக் கடிக்கப் பச்சை மிளகாயும் இருந்த அந்த சந்தோசமான தருணத்தில 'அண்ணை, சாதி யாழ்ப்பாணத்துக்குத் திரும்ப வந்திட்டுதாமே' எண்டு நான் கதையைத் தொடக்கினன்.

கொஞ்சங்கூடத் தாமதிக்காம, கொடுப்புக்குள்ள சிரிச்சுக்கொண்டு சட்டெண்டு சொன்னார், 'சாதி எங்கையடா போனது, திரும்பி வாறதுக்...அது கொஞ்ச நாள் கள்ளன் பொலிஸ் விளையாட்டெல்லே விளையாடினது.'

'ஆமி வன்னியிலை நிக்கேக்கை யாழ்ப்பாணத்திலை இயக்கம் இருக்கும். ஆமி யாழ்பாணத்திலை நிக்கேக்கை இயக்கம் வன்னியிலை நிக்கும். சாதியும் அப்பிடித்தான் ஒளிச்சு திரியும். கொஞ்ச நாள் ஆட்கள் இடங்கள் மாறிமாறி ஓடித்திரிஞ்சதாலையும் பெடியளின்ரை தண்டனையாலையும் சாதி இல்லாத மாதிரி இருந்தது உண்மைதான். ஆனா அது இந்த மண்ணை விட்டு எங்கையும் போகேல்ல. இப்பவும் புத்தகக் கடையளில ஆறுமுக நாவலர் எழுதின, குறைந்த சாதியோடை ஒரேபந்தியில் இருந்து சாப்பிடப்படாது எண்ட 'சைவ வினாவிடை' நல்லாய் விற்றுக்கொண்டுதான் இருக்கு'.

சொல்லிப்போட்டு எங்கேயோ பாத்தபடி ஒரு பெருமூச்சுவிட்டார்.

மனசப் பிழியிற மாதிரி இன்னொரு கதையையும் சொன்னார்.

‘உன்னோடை முந்தி திரிஞ்சானே மாசில்லான் நினைவிருக்கே?’

மாசில்லான் என்ர நினைவுக்குத் தெளிவாக வந்தான். மெலிந்து வளைந்த தேகமும் பரட்டைத் தலையுமாய்.

‘ஓம் அண்ண இப்ப எங்கையவன்?’

‘நீ வெளிநாட்டிக்குப் போயிற்றாய். ஊருக்குள்ள ஆமிவாற மாதிரி அப்பப்ப சாதிப் பிரச்சினையளும் வந்துபோகும். மாசில்லான்ர சாதியோடையும் ஏதோ பிரச்சினை. எத்தினை நாளைக்குத்தான் பொறுக்கிறது? மாசில்லான் கெம்பிக்கொண்டு கிளம்பிட்டான். இனி இவங்களுக்கு மேளம் அடிக்கிறதோ எண்டு நினைச்சான்போல, தங்கடை ஆட்களின்ரை எல்லா பறை மேளங்களையும் சந்தியிலை கொண்டுவந்து போட்டான். அவன்ர இனசனங்கள் குளறினதுகள்; அவன்ர காதில விழேல்ல. எல்லாத்தையும் மண்ணெண்ணை ஊத்திக் கொளுத்திப் போட்டான். சாதிப்பிசாசு விடுமே? அவன் ஊரை விட்டுக் குடும்பத்தோட வன்னிக்குப் போனான். அங்கையெங்கையோ ஒரு வீட்டைக் கட்டி வாழ யோசிச்சிருப்பான்போல, யுத்தம் விடுமே? அவன்ரை இரண்டு தம்பிமார் சண்டையிலை செத்துபோய் மாவீரர் ஆகிப்போனாங்கள்.

‘மாவீரர் குடும்பம் எண்டுறதாலை இயக்கம் அந்தக் குடும்பத்துக்கு ஆற்றையோ வீட்டையும் காணியையும் குடுத்துது. முள்ளிவாய்க்கால், முகாம் எண்டு ஒரு வழியா உயிர் தப்பி, திரும்பிவந்து அந்த வீட்டில இருந்திருக்கிறான்.

‘யாழ்ப்பாணத்தில இருந்த அந்த காணிக்காரன் பொலிசோட அங்கபோய் மாசில்லான் குடும்பத்தை விரட்டிப்போட்டு காணிய எடுத்திட்டான்’ எண்டு சொன்ன துரைசிங்கம் அண்ணர் ஆறுதலாச் சுவாசிக்கக் கொஞ்சம் இடைவெளிவிட்டார்.

‘மாசில்லான் இஞ்சை வந்து என்ன செய்யிறான்?’ என்றேன்.

‘அவன் இங்க வரேல்ல அவனுக்கு அஞ்சாறு பிள்ளைகள். எங்கையோ மன்னார் பக்கம் போய் கூலி வேலை செய்யிறானாம் எண்டு கேள்விப்பட்டன்’ என்றுவிட்டு ஏதும் பேசாமல் இருந்தார்.

மாசில்லான் என்ர மனசுக்குள்ளையும் நிலைச்சு நிண்ட மாதிரிக் கிடந்துது. முடிஞ்சா அவனச் சந்திக்க வேணும்.

இனிக் கதைய வேறை பக்கத்துக்கு மாத்தினாத்தான் துரைசிங்கம் அண்ணர் வாய் திறப்பார்.

'ஏன் அண்ணன்? ஆற்ரை வீட்டுக்குப் போனாலும் இரண்டு மூன்று நாய் குரைச்சுக் கொண்டு நிக்குது. கேற்றுக்கு வெளியாலை நிண்டுகொண்டு 'நாய் கடிக்குமோ' எண்டு கேட்டால் 'அது நெடுகக் கடிக்காது எப்பையாச்சும் இருந்திட்டுத்தான் கடிக்கும்' எண்டு சொல்லினம். இந்த எப்பையாச்சும் எண்டுறது இப்பவா இருந்திட்டா என்ரை பாடெல்லே பெரும் பாடாப்போகும். இங்க கள்ளர் பெருகிப் போச்சினமோ?'

இப்ப துரைசிங்கம் அண்ணர் மூடுக்கு வந்திட்டார். மெல்லிசாச் சிரிச்சுக்கொண்டு,

'எங்கடை குறிச்சியிலை ஒரு 35–40 சனங்கள்தான் இருக்கினம். ஆனா கிட்டத்தட்ட 65–70 நாய்கள் இந்த வீடுகளில நிக்குது. இது பழைய அரசாங்கத்தின் வேலை. அப்ப நாயைக் கொல்லப்படாது என்டு சட்டம் போட்டாங்கள். அது வாயில்லாப் பிராணியாம். 'அவங்கட ஆட்சிக்காலத்தில, வரையறை இல்லாம ஆட்கள் கடத்தப்பட்டிருக்கினம், பெண்டுகள் நாசப்படுத்தப்பட்டுதுகள். ஆள் வெட்டு, வாள் வெட்டுக்குக் குறைவில்ல. ஆனா நாயைக் கொல்லப்படாது, றோட்டிலை புகைக்கப்படாது, கண்ட இடத்தில குடிக்கப்படாது என்றெல்லாம் சட்டங்கள் போட்டாங்கள்.'

துரைசிங்கம் அண்ணர் ஒரு சரளமான ஓட்டத்தில கதைக்கத் தொடங்கியிருந்தார். அவற்ரை மனசுக்குள்ளையும் இந்த மண்ணுக்குள்ளையும் புதைஞ்சி கிடக்கிற விசயங்களக் கொஞ்சமாவது பிடுங்க வேணும் எண்டிறதில கவனமா இருந்தன்.

'இப்ப யாழ்பாணத்தில படிப்புகள் எப்பிடிப் போகுது? படிப்புத்தானே யாழ்ப்பாணத்தின்ரை சொத்து.'

'உலகத்திலை எல்லா ஊரிலையும் சனத்தொகை கூடிக்கொண்டு போகுது. இங்கதான் சனத்தொகை குறைஞ்சு கொண்டுபோகுது. இருக்கிறதுகளில கொஞ்சம் படிப்பு . . . படிப்பு . . . எண்டு புலம்பிக்கொண்டு திரியுதுகள். இந்தத் தாய் தகப்பன்மார் பிள்ளைகளைப் படிக்கவிடுகிறாங்கள் இல்லை. பிள்ளைகளைப் படிக்க வைக்கிறம் எண்டிட்டுச் சித்திரவதையெல்லே செய்யுறாங்கள். என்ரை பேத்தியைத் தேப்பன் அஞ்சரை மணிக்கு எழுப்புறான். தாய் தேத்தண்ணியப் போட்டுக் குடுக்கிறாள். உடன ரியூசனுக்குக் கூட்டிக்கொண்டு போறான். பாவம் அது. தூக்கக் கலக்கத்தில என்னத்தைப் படிச்சுதோ தெரியாது. ஏழு மணிக்குத் திருப்பி வீட்டுக்கு வந்து, அரக்கப்பரக்க வெளிக்கிட்டுத் தாய் குடுக்கிறதை விழுங்கிட்டு 8.30க்கு முதல் பஸ்சைப் பிடிச்சு மானிப்பாய் பள்ளிக்கூடத்துக்குப் போகவேணும். திரும்ப 4 மணிக்கு வீட்டை வந்து கிடக்கிறதைத்

திண்டுட்டு, மற்ற ரியூசனுக்குப் போகவேணும். எட்டு மணிக்குத் தூங்கி விழுந்துகொண்டுதான் வரும். இனி பள்ளிக்கூடத்தின்ர வீட்டுவேலை. அரைகுறைச் சாப்பாடு, நித்திரை. பிறகு திருப்பியும் விடிய அஞ்சரை மணி. என்ன சீவியமடா இது?

இதிலை பிள்ளை ஆறுதலாயிருந்து விளையாடிச் சிரிச்சு சிந்தித்துப் படிக்கிறது எங்கே?'

உணர்ச்சிவசப்பட்ட துரைசிங்கம் அண்ணற்ரை குரல் சூடாயிற்று.

'அந்தக் குழந்தைகளைத் தன்ர பாட்டிலை படிக்க விடுங்கோடா' எண்டு சத்தமாவே கத்தினார். வீட்டுக்குள்ள ஆருக்கும் அது கேட்டமாதிரித் தெரியேல்ல.

நான் விடுறதாயில்லை. 'பிள்ளையள் இப்பிடிப் படிக்குதுகள் எண்டால் படிப்பில முன்னேற்றங்கள் எப்பிடியண்ண?' என்றேன்.

'என்ன முன்னேற்றம்? முதல் இடத்தில் இருந்த யாழ்ப்பாண யூனிவேசிற்றி பத்தாவது இடத்திலை இருக்கு. இலங்கையில இருக்கிறதே பத்து யூனிவேசிற்றிதானே. எனக்குக் கடைசி எண்டு சொல்லக் கூச்சமாய்க் கிடக்குது' என்றார்.

கவலையும் கடுப்புமாய்த்தான் துரைசிங்கம் அண்ணர் சொன்னார்.

நான் 'இதுக்கு யுத்தமும் இடப்பெயர்வுகளும் பெரிய காரணமெல்லோ' எண்டேன்; அண்ணர் இடைமறிச்சார்.

'அதுகள் பெரிய காரணங்கள்தான். அதைவிட மோசமான காரணங்கள் உங்கடை வெளிநாட்டுப் பணமும் வெளியில போற ஆசையும்தான். உங்க கனக்கப் பெடி பெட்டையள்; வெளிநாட்டுக்குப் போற கனவில கையில இருக்கிற வாழ்க்கையத் துலைச்சுப்போட்டுத் திரியுதுகள். 'நீ எங்கையாவது கையிலை குழந்தையோடை, அல்லது வயித்திலை பிள்ளையோடை பெம்பிளைகளைக் கண்டனியோ. வலு குறைவு. வெளிநாட்டு மாப்பிளையளின்ர சாதகத்தோட திரியுற புரோக்கர்மார் கண்ணில படுகிற பொம்பிளையப் பிடிச்சு வெளியால அனுப்பிப் போடுறாங்கள்.'

'உங்களாலைதான் இங்க பெரிய பிரச்சினை. வெளிநாட்டு மோகமும் வெளிநாட்டுப் பணமும் இல்லையெண்டால் நாடு கொஞ்சம் நல்லாய் வருமென்று நினைக்கிறன்.'

என்னை ஒரு வெறுப்போடே பாத்துக்கொண்டுதான் துரைசிங்கம் அண்ணர் இதைச் சொன்னார்.

செல்வம் அருளானந்தம்

வெளிநாட்டுத் தமிழருக்குச் சார்பாய் ஏதாச்சும் சொல்லவேணும் எண்டு நினைச்சுக்கொண்டு, 'ஏன் அண்ணை வெளிநாட்டு தமிழரிலை பாயிறியள்? அவங்கள் தங்கட இனசனம் நல்லாயிருக்க வேணும் எண்டுதானே காசு பணத்தை அனுப்புறாங்கள்...' எண்டன்.

'என்ர வாயில வரும் இப்ப... காசு அனுப்புற நீங்கள் எதுக்கு என்னத்துக்கு எண்டு கேக்கமாட்டியளே? மோட்ட சைக்கிளும் வாங்கிக்கொண்டு, கஞ்சாவும் தண்ணியும் அடிச்சுக் கொண்டு, பெட்டைய ஏத்தித் திரியிற பெடியளுக்குப் பின்னால விளையாடுறது உங்கட காசு. அங்க லீவு எண்டுபோட்டு, யூன் யூலையில இங்க வாறியள். இங்க வந்து நீங்கள் காட்டுற சோக்குப்போக்கு இருக்கே என்னத்தைச் சொல்ல நான்? இந்த மண்ணோட ஊறிக்கிடக்கிற வயசான என்ன மாதிரி ஆக்களே கிளுகிளுத்துப் போறம் எண்டா இங்கயிருக்கிற பெடிபெட்டையள் என்ன செய்யும்? எங்கட சனத்தைப் பத்தி உங்கட பக்கத்தில யோசிக்கிறத்துக்கு நிறையக் கிடக்குது தம்பி.'

துரைசிங்கம் அண்ணற்றை கதையில ஞாயம் இருந்தாலும் ஒட்டுமொத்தமா எல்லாரையும் சாடுறதில எனக்கு உடன்பாடு இருக்கேல்ல. கொஞ்சம் கோவமாத்தான் கேட்டன்.

'கடந்த காலத்திலை எங்கட சனங்கள் சாவின்ர விளிம்பில கிடக்கேக்க, தாங்கிப் பிடிச்சுத் திருப்பியும் வாழுறத்துக்கு வழி செய்தவை வெளிநாட்டுத் தமிழர். இது எங்கடை நாடும்தானே அண்ணன். எங்களுக்கும் எல்லா உரித்தும் இருக்கு. நாங்கள் எங்கட மண்ணுக்குச் சோக்காட்ட வாறம் எண்டு ஏன் நினைக்கிறியள்? இந்தக் காத்தைச் சுவாசிச்சு இந்த மண்ணில நடந்து எங்களுக்குள்ளையும் காயங்கள் கிடக்கு. இந்த மண்தானே அண்ணர் அதுக்கும் மருந்து.'

'நான் இல்லையெண்டு சொல்லேல்ல. எல்லாத்துக்கும் ஒரு அளவு இருக்கு. ஒரு கதைக்குச் சொல்லுறன். உனக்கொரு தங்கச்சி இருக்கிறா என்று வைச்சுக்கொள், அவவுக்குக் கொப்பர் கல்யாணம் செய்ய வெளிக்கிடுகிறார் எண்டா நீ கொஞ்சக் காசு அனுப்பு. நடக்கிறதைக் கவனி. காசு அனுப்புறனான் எண்டுறத்துக்காக, அந்த மாப்பிள்ளையைப் பார் இந்த மாப்பிள்ளையைப் பார்... எண்டு ஊர் நிலவரங்கள் தெரியாமல் அங்கையிருந்தபடி நீ சொல்லப்படாது. அதை முடிவு செய்யிறது உன்ரை தங்கச்சியும் கொப்பரும்தான். 85இல வெளியால போன உனக்கு, 2015இல் இந்த மண்ணும் மண்ணின்ர மனசும் எப்பிடி மாறிக் கிடக்கு எண்டு தெரியுமே? அதுகள் தெரியாமத்தானே என்னட்ட பிடுங்கிப்பிடுங்கிக் கேட்டுக்கொண்டிருக்கிறாய். இப்பிடியிருக்கிற

நீ அங்க இருந்துகொண்டு இங்க நடக்கிறதுகளை எப்படி முடிவு செய்யேலும்? 'இங்கை இருக்கிற காரை இங்க இருக்கிற ரைவர்தான் ஓட்ட வேணும். அங்கையிருந்துகொண்டு நீ ஓட்டப்படாது.'

என்ர நியாயத்தை நான் கதைக்க வெளிக்கிட்டு, இந்த மனிசனோட சண்டை பிடிக்கேலாது எண்டு மனசுக்குள்ள நினைச்சுக் கொண்டு 'அண்ணர், இப்பையும் மக்களுக்குச் சீவிக்கிறதிலை கஸ்டம் இருக்கோ?' எண்டு கதைய மாத்தினன்.

'ஓமடா தம்பி. வெளிநாட்டில உறவுகள் இல்லாததுகள், வெளிநாட்டுக்குப் போனவங்களால முழுசாக் கைவிடப்பட்டதுகள் வாழப் போராடிக்கொண்டுதான் இருக்குதுகள். வன்னிக்குள்ள இது கனக்க.'

இப்ப அவற்ர குரல் தணிஞ்சு போயிருந்துது.

'அண்ணர், வெளிநாடுகளிலே வாழுகிற தமிழ் அமைப்புகள் அப்பப்ப சில நிகழ்ச்சியள செய்யேக்க வாற வரும்படியில ஒரு பகுதியை ஊரில் துன்பப்படுகிற உறவுகளுக்கு அனுப்பப்போறம் என்று சொல்லித்தான் நடத்துகினம். சில நிகழ்ச்சிகளுக்கு மண்டபக் காசே சேராது, அது வேறை கதை. வெளிநாட்டுத் தமிழற்றை காசு இல்லாவிட்டால் நாடு இன்னும் கஸ்ரப்பட்டிருக்குமல்லோ' என்று என்ர ஆதங்கத்தையும் கொட்டிப்போட்டு ஒரு கதையைச் சொன்னேன்.

'யுத்தம் முடியிற காலத்திலை என்ரை நண்பர் ஒருவருக்கு அவற்ரை சொந்தக்காரர் ஒருவர் இங்கையிருந்து ரெலிபோன் எடுத்தார். தனக்குச் சரியான கஸ்டம் எண்டும், குடும்பம் சரியான வறுமையில் இருக்குது எண்டும் சொல்லி, ஏதாவது உதவி செய் என்று கேட்டிருக்கிறார். என்ரை நண்பரோ வீட்டு மோட்கேஜ், கார் கடன் எண்டு கனக்கப் பிரச்சினையில இருக்கிற சாதாரண ஆள். கடன்பட்டாலும் ஏதாவது அந்தக் குடும்பத்துக்கு உதவி செய்யவேணும் எண்டு நினைச்சான்.

'நான் காசாய்த் தரேல்ல, ஏதாவது தொழில் செய்யிறத்துக்கு உதவி செய்யிறன்' எண்டு நண்பருக்குச் சொல்லியிருக்கிறார். நண்பரும் 'இரண்டு மூண்டு பால்மாடு வாங்கி வளர்க்கிறன், ஐஞ்சு இலட்சம் காசு அனுப்பு' எண்டிருக்கிறார். சரியாக் கஸ்டப்பட்டுத்தான் அந்தக் காசை நண்பர் அனுப்பினார். அத்தோடை அந்த அலுவல் முடியேல்லை.

'மாட்டுக்குக் கொட்டில் எல்லாம் போட்டு மாடுகளும் வேண்டிப் போட்டன். ஆனா மாடுகள் வாய்க்கேல்லை. மாட்டின்ரை பால் மாடுகளின்ர கண்டுகளுக்கே காணாமல்

கிடக்கு. அதுகளைப் பராமரிக்க இன்னும் கொஞ்சம் காசு அனுப்பு' எண்டு திருப்பியும் கேட்டிருக்கிறார். இப்பிடி அடிக்கடி ரெலிபோன் எடுக்க என்ர நண்பருக்குக் கொதி ஏறிவிட்டது. இப்படித்தான் ஒரு நாள் விடியப்பறத்தால தொலைபேசியெடுத்து மாடுகள் பட்டினியாக் கிடக்கு. சாப்பாடு போடக் காசு வேணும் எண்டு கேட்டிருக்கிறார். இனி என்னாலை உதவி செய்ய இயலாது. நீ ஒன்று செய்... அந்த மாடுகளை அவிழ்த்து வெளியிலை கலைத்து விடு எண்டிருக்கிறார் என்ர நண்பர்.'

நான் என்ர கதையை முடிச்சுப் போட்டு துரைசிங்கண்ணற்ரை முகத்தைப் பார்த்தன். துரைசிங்கண்ணர் மெல்லிசாய்ச் சிரிச்சார். ஒன்றும் சொல்லேல்லை. அவற்ரை வாயை அடைச்சுப் போட்டன் எண்டு என்னாலையும் சந்தோசப்பட முடியேல்ல.

உன் சேலைதானே வண்ணப்பூஞ்சோலை தானே’

தற்செயலாத்தான் காதில விழுந்தது.

ஆத்தா உன் சேல – அந்த
ஆகாயத்தப்போல
தொட்டில் கட்டித் தூங்க
தூளி கட்டி ஆட
ஆத்துல மீன் புடிக்க,
அப்பனுக்கு தல தொவட்ட
பாத்தாலே சேத்தணைக்கத் தோணும்
நான் செத்தாலும்
என்னப் பொத்த வேணும்!’

காதில விழுகிற பாட்டுகள் எல்லாம் நெஞ்சத் தொடுறதில்ல. அப்பிடியே தொட்டாலும் நிலைக்கிறதில்ல.

இது வேற மாதிரியா இருந்துது. திரும்பவும் முழுசாக் கேட்டன்.

‘ஈரச்சேலை காயும்போது
வானவில்லாத் தெரியும்
இத்துப்போன சேலையில் உன்
சோகக் கதை புரியும்
வெக்கையிலை விசிறியாகும்
வெயிலுக்குக் குடையாகும்.
உன் சேலை தானே
வண்ணப்பூஞ்சோலைதானே.’

உடம்பில ஓடின உணர்வெல்லாம் ஓரிடத்தில நிண்டு ஓங்கிக் குத்தின மாதிரி ஒரு வலி. இயல்பான

நாட்டுப்புற நடையில, உயிரை உலுப்புற ஒரு ஓசையில மனசுக்குள்ள நிறைஞ்சு நிண்டது இந்தப் பாட்டு.

தாயின்ர அரவணைப்பு மட்டும் இல்லையெண்டால் இந்த உலகம் பூரிப்பைத் தரிசிக்க வாய்ப்பே இல்ல. 'அம்மா' எண்ட ஒத்த ஓசைக்குள்ள உயிரின்ர ஒட்டுமொத்தச் சிலிர்ப்பும் அடங்கிப் போயிடும். நான் அம்மாவைப் பத்தி எழுதவேணும் எண்டு எப்பவும் நினைச்சதில்லை. ஆனா இந்தப் பாட்டு அடி மனசில கிடந்த ஏதோ ஒரு ஒளிப் புள்ளிய உசுப்பி விட்டுட்டுது. ஒளிப்புள்ளி சுடராகிச் சுவாலையாகி என்னை எரிச்சுது.

நான் எரிஞ்சு போனன்.

அம்மாவைத் தாட்டுப்போட்டு வரேக்கை மத்தியானம் தாண்டிப்போட்டுது. மண்வெட்டியைத் தோளில வைச்சுக் கொண்டு பொன்ராசா மாமா முன்னால போக, நான் பின்னால போனன்.

வீட்டு வாசலில கண்ணைக் கசக்கிக்கொண்டிருந்த உறவுப் பெண்கள் சவக்காலையால வந்தவையின்ர காலில விழுந்து ஒப்பாரி பாடி அழுதிச்சினம். இது எங்கட ஊர் வழமை.

நான் பொன்ராசா மாமாவின்ர முகத்தைப் பாக்க அவர் அழுதுகொண்டே மண்வெட்டியை அங்காலை வைச்சிட்டு, உள்ளபோய் அம்மா படுத்துக்கிடந்த மெத்தையை வீட்டுக் கோடிக்கு இழுத்துக்கொண்டு போனார். அதை நெருப்பு வைச்சுக் கொளுத்தேக்கதான் எனக்கும் விசயம் விளங்கிச்சுது. அந்த நெருப்பில, அம்மாவின் சேலை, பாவாடை, சட்டை எல்லாத்தையும் போட்டார். நெருப்புக்கு என்ன தெரியும்? கனன்று சுழண்டு நடனம் ஆடியது. நான் கண்கலங்கப் பாத்துக் கொண்டு நிண்டன்.

மாமாவின்ர கையில இருந்த சாரியளைப் பாத்தன். ஓடிப்போய் அதிலிருந்த இரண்டை வாங்கினன். மாமா இழுத்துப்பிடிக்க, 'மாமா இது கனடாவிலை என்ர பிள்ளையள் அப்பம்மாவுக்கு எண்டு வாங்கிக் குடுத்தது. அவை பெரிதாய் இதை உடுக்கேல்லைப்போல இதுகளை எரிக்காதையுங்கோ' எண்டு சொல்ல, அவர் விட்டுட்டார்.

அந்தக் காலத்திலை அம்மாட்ட நாலு சீலைதான் இருந்துது. கோயிலுக்கு இரண்டு, வீட்டுக்கு இரண்டு எண்டுதான் பாவிச்சவ.

படுக்கேக்கை போர்க்கிறத்துக்கு எனக்கு அம்மாவின்ரை சீலைதான் வேணும். வெங்காய வாசனை வாற அந்தச் சீலையப் போர்க்காட்டி எனக்கு நித்திரை வராது.

அம்மா சம்பளத்துக்கு வெங்காயம் ஆயப் போறவ. எப்பிடித்தான் தோய்ச்சாலும் அந்த வெங்காய மணம் போகாது. நித்திரை வரேக்க அந்த மணம் என்னை மயக்கும். கனகாலமா அதுதான் என்ர சொர்க்கம். நித்திரையில அந்தச் சேலைக்குள்ள காலைச் செருகிச்செருகிப் படுக்கேக்க, 'தம்பி டேய் காலை அங்கயிங்க ஓட்டி சீலையக் கிழியாதையடா' எண்டு செல்லமாக் கத்துவா.

நான் கொஞ்சம் வளர்ந்த பிறகு அம்மா சேத்துவைச்ச காசில பண்டத்தரிப்பில இருக்கிற கூட்டுறவுச் சங்கத்தின்ர கடைக்குப்போய் ஒரு போர்வை வேண்டித் தந்தா. எனக்கு அது சரிவரேல்லை. ஊரை விட்டு வெளிக்கிடும் மட்டும் அம்மாவின் இரண்டுமூன்று சீலைகளை மாத்திமாத்திப் போர்த்திக்கொண்டுதான் படுத்தேன்.

அம்மா கனடாவில வந்து நிக்கேக்க, சீலைய விட்டுட்டு, வேறு உடுப்புகள உடுத்துங்கோ எண்டு சொல்ல, அவவால அது முடியேல்ல. 'சீலைய விட்டிட்டு வேற உடுப்புப் போடுறது சீவனப் பிடுங்கிற மாதிரியிருக்கு' எண்டு சொன்னது இன்னும் எனக்கு ஞாபகம் இருக்கு. பின்னாளிலை வீட்டை வாறபோற சொந்தக்காரர் எல்லாம் பெருநாள், திருநாள், பிறந்தநாள் எண்டு சீலையளாக் கொண்டுவந்து குடுக்க, அவவுக்குச் சீலையள் பெருகிப் போச்சுது. இப்ப அந்தச் சீலையள வைக்க இடமில்லை.

'பழைய சீலையள எறியம்மா புதுச் சீலையள வைக்க இடம் வரும்' எண்டு நான் சொல்ல, 'போடா அந்தக் காலத்தில, நாங்கள் பட்டபாடு தெரியுமோ?' எண்டு, அவ தொடங்க... நான், 'இப்ப அந்தக் கதையள கதைக்காதை அம்மா' எண்டு சொல்ல, 'பஞ்சம் போகும் பஞ்சத்தில் பட்ட வடு போகாதடா' எண்டு அவ பழமொழி சொன்னதை என்னால எண்டைக்கும் மறக்கேலாது.

இந்தமுறை ஊருக்குப் போன முதல்நாள் இரவு படுக்க முதல்ல அவவின்ர அலுமாரியைத் திறந்து எஞ்சியிருந்த அந்த ரெண்டு சீலைகளை தொட்டுப் பாத்திட்டுப்போய்ப் படுத்தன். பிரயாணக் களை, உடனே அயர்ந்திட்டேன்.

அம்மா நடந்துவந்து என்னை எழுப்பி 'சாப்பிட்டுட்டுப் படடா' எண்டு செல்லமாகச் சொன்னா. திடுக்கிட்டு எழும்பினன். உடம்பெல்லாம் வியர்த்துக் கொட்டியது. மனிசி இன்னமும் வீட்டைச் சுத்திக்கொண்டுதான் திரியுது எண்டு நினைச்சுக்கொண்டு படுக்கையில குந்தியிருந்தன்.

தனியப் படுக்க பயமாயிருந்தது.

நித்திரை வராமல் உடம்பு உழண்டு பிரண்டுகொண்டிருந்துது. தூரத்தில மாதகல் பக்கமாய் "நதியில் விளையாடி கொடியில் தலை சீவி வளர்ந்த இளம் தென்றலே" எண்ட அம்மாவுக்குப் பிடிச்ச 'பாச மலர்' பாட்டு மெல்லிசாய்க் கேட்டுக்கொண்டிருந்தது. இப்ப இந்தப் பாட்டைக் கேக்க அம்மா இல்ல. அவ நேசிச்ச அண்ணன் என்ர மாமா இல்ல. பாடின சௌந்தரராசன், எழுதின கண்ணதாசன், நடிச்ச சிவாஜி ஆருமில்ல. எல்லாரும் போயிட்டினம்.

'குடம்பை தனித்து ஒழியப் புள் பறந்தற்றே' தேவைப்படும் நேரத்தில் நினைவுக்கு வராத வள்ளுவன் இப்போது வந்தான்.

டப்டப் என்று ஓடிமறைந்தது காலம். இந்தச் சின்ன வாழ்க்கை வாழ எத்தனை அலைச்சல்கள். எத்தனை தலை சுற்றுதல்கள். எத்தனை கனவு.

நானுமோர் கனவோ?
இந்த ஞாலமும் பொய்தானோ?
காலமெனும் ஒரு நினைவும்
காட்சியென்ற பல நினைவும்
கோலமும் பொய்களோ?

என்ட பாரதி பாடலை நினைக்க, மனசில இருந்த பயம் விலகின மாதிரிக் கிடந்துது.

அம்மாவின்ர சீலைபோல நித்திரை என்னை அணைத்தது.

கானாள நிலமகளைக் கைவிட்டுப்போனானை 1

கொழும்பிலை இருந்து யாழ்ப்பாணத்திற்கு ரெயினில போகேக்கை, ஒருவர் பக்கத்திலை இருந்தவரிட்டைச் சிகரட் பத்திறதுக்கு நெருப்புப்பெட்டி கேட்டிருக்கிறார். மற்றவர், 'என்னட்டை நெருப்புப் பெட்டியில்லை' எண்டு சொல்லியிருக்கிறார்.

செல்வம் அருளானந்தம்

‘உங்கையண்ணை, உங்கடை பொக்கற்றுக்குள்ளை நெருப்புப்பெட்டி கிடக்கு’ எண்டு அவர் சொல்ல, ‘அது கிடக்குதுதான் தரமாட்டன்’ எண்டு மற்றவர் சொல்லியிருக்கிறார்.

‘ஏன் அண்ணை, ஒரு குச்சு தந்தால் குறைஞ்சு போவீங்களோ?’ எண்டு சொல்ல, கடுப்பாகிப் போன மற்றவர்,

‘நீ நெருப்புப்பெட்டி கேட்டு நான் தந்தால், எனக்கு நன்றி சொல்லுவாய், பிறகு, எங்கையண்ண போட்டுப் போறீங்கள்? எண்டு கேட்பாய், பிறகு எது ஊர்? ஓ அந்த ஊரா? அவரை எனக்குத் தெரியும், இவரை எனக்குத் தெரியும் உங்கடை வீடு எங்கையண்ணை? என்பாய். அங்காலப் பக்கம் வந்தால் வீட்டுப் பக்கம் வாறன் எண்டு சொல்லுவாய். வீட்டிலை பெண் பிள்ளைகள் இருக்கு அதெல்லாம் பிரச்சினையாப் போகும். இந்த நெருப்புப்பெட்டியைத் தராம விடுறதாலை இதெல்லாத்தையும் நான் நிப்பாட்டலாம்.’

இது பகிடியாக் கதைக்கிற கதைதான். அதுக்காக இதுக்குள்ள இருக்கிற விசயத்தை மறுதலிச்சுப்போட்டுப் போகேலாது.

உண்மையிலேயே ஒருநாள், ஒருவர் பஸ்சிலை பிரயாணம் செய்துகொண்டிருந்தார். அப்ப அது, இயங்கங்கள் தோன்றிய காலம். பஸ்சில பக்கத்தில இருந்தவர் அந்த நேரத்து நாட்டு நிலைமையள இவரோட கதைச்சிருக்கிறார். கதைவாக்கில, ஏதோ ஒரு இயக்கத்தை, அவங்கள் செய்த செயலுக்காகத் தூசணத்தால பேசிப்போட்டார். பின்னாயிருந்த ஒருவன் இவையின்ர கதையக் கேட்டுக்கொண்டிருந்திருக்கிறான். சட்டெண்டு எழும்பி பிடரியைப் பொத்தி இவரை அடிச்சுப்போட்டான்.

இதுக்குப் பிறகு, என்னை மாதிரி நெருங்கிய நண்பர்களைப் பாக்கேக்கையெல்லாம், ‘தெரியாத ஆட்களோட பேச்சுவார்த்தை வைச்சுக் கொள்ளாதையுங்கோடா’ எண்டு சொல்லுறதை ஒரு தொண்டாகவே செய்வார்.

ஏன் இப்ப இந்தக் கதையைத் தொடக்க வேண்டியிருக்கு எண்டால், எனக்கு நடந்த ஒரு அனுபவத்தைச் சொல்லுறத்துக்கு இந்த மாதிரி ஒரு முன்னுரை தேவையாப் பட்டுது.

சென்னையிலயிருந்து கனடா திரும்பிற ஒரு பயணம். வழக்கம்போல, இடையில இரண்டுநாள் லண்டனில நிண்டுபோட்டு, கீத்துறு விமானநிலையத்துக்குப் போனன். விமான நிலையத்துக்குப் போறவழியெல்லாம் காசா நகரத்து எல்லைபோல் இருந்தன. ஒரே பொலிசுக்காரரும் இராணுவமும்; எனக்கு அந்தக்காலத்து ஊர் ஞாபகம் வந்தது.

‘கொஞ்ச நேரத்துக்கு முன்னால பயங்கரவாதிகள் லண்டனில் எங்கையோ பயங்கரத் தாக்குதல் ஒண்டை நடத்தியிருக்கினம்’ எண்டு காரை ஓட்டிக்கொண்டு வந்தவர் சொன்னார்.

கடுமையான பரிசோதனைகளும் கெடுபிடிகளும் விமான நிலையத்திற்கு வெளியிலேயே தொடங்கிட்டுது. நான் உள்ளுக்க போகேக்க, பொலீஸ் என்னப் பாத்த பார்வை ‘உன்னை எங்கையெல்லாமடா தேடுறது’ எண்ட மாதிரி இருந்தது. நான் சரியாப் பயந்துபோனன்.

போடிங் கார்ட் எடுக்கிற இடத்தில, நாலைஞ்சு தமிழ் ஆட்கள் நிண்டிச்சனம். நான் மெதுவா அவையள நோட்டம் விட்டன். அதில சில பேர் என்னை ‘தமிழனாயிருப்பானோ’ எண்டு பாக்கிறமாதிரிக் கிடந்தது. நண்பர் சொன்ன அறிவுரைய மனசில வைச்சுக்கொண்டு யாரோடையும் கதைக்கப்படாது எண்ட முடிவில இருந்தன். வலு கெதியா பிளேனில ஏறிச் சீட்டிலை போய் இருந்திட வேணும் எண்டு நினைச்சுக்கொண்டு வேகமா பரிசோதனைப் பக்கத்துக்கு நடந்தன்.

வழக்கமா, என்ர நீளமான பெயர், மயிரில்லாத தலை இரண்டுமே சிக்கலைத் தாறதுதான். இரண்டுமே தானாச் சேர்ந்த விசயங்கள். தவிர்த்துப் போகேலாது. இங்கையும் சிக்கல்பட வேண்டியிருக்கும் எண்டு நினைச்சுக்கொண்டு, ஒருவழியா பரிசோதனைப் பகுதிக்கு வந்திட்டன்.

என்ர பகுதியில நிண்டவள் ஒரு பொம்பிள. கழட்டச் சொல்லப் போறாள் எண்டு சங்கடமாவும் இருந்தது, சந்தோசமாவும் இருந்துது. நினைச்சமாதிரி ‘மேலங்கியக் கழட்டு’ எண்டாள். ‘கீழ சப்பாத்தையும் கழட்டு’ எண்டாள். நடுவில உத்துப் பாத்தவள் ‘பெல்டையும் கழட்டு’ எண்டாள். பெல்ட் இல்லையெண்டால் கீழே விழுந்திடுமோ எண்ட நிலையில இருக்கிற காற்சட்டை. வயித்தை உப்பிப் பிடிச்சுக்கொண்டு பெல்டைக் கழட்டி வைச்சன். அவள் சொன்ன எல்லாத்தையும் கழட்டிப் பெட்டிக்குள்ள போட்டு ஸ்கானர் மெசினுக்குள்ள அனுப்பிட்டு நான் அங்கால போக அவங்களின்ர ஸ்கானர் கூண்டு கூவத் தொடங்கிட்டுது.

அங்கால வேறொருத்தி ஊரில வாத்திமார் கையில வைச்சிருக்கிற தடி மாதிரி அவளின்ர கையிலையும் ஒரு ஸ்கானர் பொல்லு. விறைப்பா என்னப் பாத்தவள் ‘கையத் தூக்கு’ எண்டாள். இடுப்பிலை தங்காமல் பெலிட்டில மாத்திரம் தங்கியிருந்த களிசானை மறந்து கையத் தூக்க, உப்பின வயிறு உள்ள போக, காற்சட்டை கீழே விழுந்திட்டுது. சுத்தி நிண்ட சனம் சிரிச்சுப் போட்டுதுகள்.

உடுக்கை இழந்தவன் கைபோல எண்ட வள்ளுவற்ரை குறள் பொய்யாப் போற மாதிரி நான் உயத்தின கையப் பதிச்சு காற்சட்டைய உடன தூக்கேல்ல. அரசாங்கத்திற்கும் பொல்லோட நிண்டவளுக்கும் மரியாதை குடுத்து அசையாம நிண்டன். எங்க பாத்தாளோ தெரியாது, அவளும் உடன ஒண்டும் பேசேல்ல. அங்கால நிண்ட ஒரு தமிழ் ஆள் உடன ஓடிவந்து 'அண்ண ஆக்கள் பாத்துக்கொண்டு நிக்கினம், காற்சட்டையத் தூக்குங்கோ' எண்டு அதைத் தூக்கித் தந்தார்.

என்ர நிலைமையக் கண்டு ஒரு தமிழ் இரத்தம் துடிச்சிருக்கு. பார்வையால அவருக்கு நன்றி சொல்ல, அவளும் ஸ்கான் பொல்லால அங்கஇங்க தட்டித் தடவி ஒண்டுமில்லை எண்ட பிறகு விட்டாள்.

கழட்டின எல்லாத்தையும் திருப்பக் கொளுவுறது பெரிய வேலை. முடிச்சு அங்கால போக, உடுக்கையிழந்த எனக்கு உதவின 'கை' ஆள் பின்னாலேயே வந்தார். இவருக்கு எப்பவும் உதவி தேவைப்படலாம் திருப்பியும் காற்சட்டை கழண்டுவிழும் எண்டு நினைச்சாரோ தெரியேல்ல. என்ர நண்பற்ரை அறிவுரை மனசில இருந்ததால அவரிட்ட நான் கதை குடுக்கேல்ல.

விமானத்தில பெரிசாக் கூட்டம் இல்ல. எக்கச்சக்கமான சீட்டுகள் வெறுமையாத்தான் இருந்தது. நான் போய் இருக்க, ஒரு சீட் இடைவெளிவிட்டு அவரும் வந்து இருந்தார்.

கண்டறியாத களிசான் விழுந்தது பெரிய தலையிடியாப் போட்டுது. என்ன நிர்ப்பந்தம் வந்தாலும் அவரோட பேச்சு வளர்க்கப்படாது எண்டு திடமா முடிவெடுத்துக்கொண்டு, தலையிடி கூடினாலும் பறவாயில்லை ஜெயமோகன்ர 'இந்திர நீல'த்தை வாசிக்கத் தொடங்கினன்.

பணிப் பெண் ஒருத்தி, குடிபானங்களைக் கொண்டுவந்தாள். பக்கத்திலயிருந்த ஆளாலை நான் அவளின்ர முகத்தைக் கூட இந்தமுறை வடிவாப் பாக்கமுடியாமல் கிடந்துது. அவளிட்ட மூண்டு ரின் கெனிக்கன் பியர் கேட்டன். அவள் இரண்டுதான் தரலாம் எண்டாள். பக்கத்தில இருந்தவர் தன்ர கணக்குக்கு ஒண்டை வாங்கினார். அவள் அங்காலை போக, அதை என்னட்ட தந்தார். எனக்குக் கொஞ்சம் சங்கடமாத்தான் இருந்தது. நான் வெட்டி ஓடலாம் எண்டா மனிசன் ஒட்டிக் கொண்டு வருகுது.

அவரை நன்றியோட பாத்தன். சின்னப் புன்னகையோட அவர் தன்ர பாட்டிலதான் இருந்தார். நடுத்தர வயது தாண்டுகிற தோற்றமும் அப்பாவித்தனமான முகமும் அவருக்கு இருந்தது. அவரை எனக்குப் பிடிச்ச மாதிரியும் இருந்தது.

என்ர நண்பற்ரை அறிவுரையைக் கொஞ்சமா உடைச்சுக்கொண்டு நான்தான் பேச்சைத் தொடங்கினன். 'ஏன் நீங்கள் ஒன்றும் குடிக்கேல்லையோ?' எண்டு கேட்டன்.

'நான் குடிக்கிறேல்ல' எண்டு சொன்னபடி என்ர கையில கிடந்த புத்தகத்தைப் பாத்தார்.

'பாரதம் போலை பெரிய புத்தகமாய்க் கிடக்கு, என்ன கதைப்புத்தகமோ?' எண்டு கேட்டார். நான் 'ஓம் இல்லை' என்று தடுமாறி, 'பாரதம்தான் இந்த மாதிரி ஏகப்பட்ட புத்தகங்கள் வந்திட்டுது. இன்னும் கனக்க வரும்' என்றேன். 'நீங்கள் நல்லாய் வாசிப்பீங்கள்போலக் கிடக்கு, உங்களுக்கு ராமாயணம் தெரியுமோ?' எண்டார்.

'கொஞ்சமாத் தெரியும். ஏன் கேக்கிறியள்?'

'ஒருக்கா ரொறன்ரோவிலை நாஞ்சில் நாடன் எண்டுறவர் கம்பராமாயனத்தைப் பத்திப் பேசினவர். அதிலை பங்குபற்றியவைக்குச் சாப்பாடு குடுக்கிறத்துக்காக ஒரு கேற்றறிங் நடத்துற நண்பருக்கு உதவியாய்ப் போனான். கொஞ்சநேரம் நாஞ்சில் நாடன் பேசிக்கொண்டிருந்ததைக் கேட்டன். அதிலை ஒரு பாட்டை அவர் சொல்லி விளங்கப்படுத்தினார். அந்தப் பாட்டு நினைவுக்கு வருகுதில்லை அந்தப் பாட்டைச் சொல்லுவியளோ?' எண்டார்.

'இப்பிடிச் சொன்னா எப்பிடித் தெரியும்? விசயத்தைச் சொல்லுங்கோ எனக்குக் கம்பனை நல்லாய் பிடிக்கும். பத்து இருபது பாட்டு பாடமாயும் இருக்கு. சொல்லுங்கோ தெரியுமா எண்டு பாப்பம்' எண்டிட்டு ஒரு ரின்னை உடைச்சன்.

'இப்படித்தான் சொன்னார் அண்ண' எண்டு உரிமையோட, 'இராமனுக்கு கம்பராமாயணம் முழுக்கப் பாட்டு இருக்கு. பரதன், ஏன் இலட்சுமணக்குக்கூடப் பாட்டுக்கள் பல இருக்கு. பாவம் அந்தச் சத்துருக்கன் அவனும் ஒரு சகோதரன்தானே, ஒரு ராசகுமாரன்தானே. அவனுக்கு ஒரேயொரு பாட்டுத்தான் இருக்கு. நாஞ்சில் நாடன் சொன்னமாதிரியே சொல்லுறன் கேளுங்கோ' எண்டு கொஞ்சம் உசாராய்ச் சொல்ல வெளிக்கிட்டார்.

'சிறியதாய் சொல்லிப்போட்டா எண்டு இராமன் பெண்சாதியையும் கூட்டிக்கொண்டு தப்பினேன்டா சாமி எண்ட மாதிரி காட்டுக்குப் போய்விட்டார். லட்சுமணன் என்ற அலுக்கோசுத் தம்பி அண்ணனை விட்டுப்போட்டு, நான் இங்கை இருப்பனோ எண்டு தமையன் மறிக்கமறிக்கப் பின்னாலை போட்டான். இப்ப என்னவென்றால் அண்ணன்ரை

செருப்பை வைச்சுக்கொண்டு அண்ணன் இப்ப வந்திடுவார் என்று காத்திருந்த பரதன் என்ற செம்மறி அண்ணனும், இராமன் சொன்ன நேரத்துக்கு வரேல்லை எண்டவுடன... சத்துருக்கனைப் பாத்து, அண்ணன் வரும் காலம் தவறிவிட்டது. நான் சொன்ன மாதிரி நெருப்புக்கை பாயப் போறேன், நீதான் இந்நாட்டை பாக்க வேணும் எண்டு சொல்லுறான். நான் ஒரு ஒண்டுக்கும் லாயக்கில்லாத விசரன்தானே... அதுதான் என்னை இப்படி நடத்திறாங்கள்' எண்டு அவர் சொல்ல

எனக்கு அந்தப் பாட்டு ஞாபகத்துக்கு வந்திட்டுது.

'கானாள நிலமகளைக் கைவிட்டுப்
போனானைக் காத்துப்பின்பு
போனானும் ஒருதம்பி போனவன்தான்
வருமவதி போயிற்றேன்னா
ஆனாத உயிர்விடவென்ற மைவானும்
ஒருதம்பி அயலேநாணாது
யானாமிவ் வரசாள்வென் என்னே
இவ்வரசாட்சி இனிதே அம்மா'

எண்டு நான் சொல்ல,

'ஓம் ஓம் உந்தப் பாட்டுதான், நேற்று முழுக்க இதையே யோசிச்சுக்கொண்டிருந்தன்' எண்டவர், 'தமிழ் தெரிஞ்ச ஒருவரைக் கண்டது சந்தோசமா இருக்குது' எண்டார்.

நான் 'இதில என்ன கிடக்கு' எண்டன்.

யாரிட்டக் கொட்டுறது எண்டு காத்திருந்தாரோ? பேசத் தொடங்கினார்.

'நான் ஸ்கண்டிநேவியாவுக்கு ஒரு செத்த வீட்டுக்குப் போட்டுவாறன். செத்தது என்ர அப்பாவின்ர தங்கச்சி புருசன். கனடாவிலை செத்த வீட்டுக்கெண்டு வெளிக்கிடேக்க, மனிசியோட பெரிய சண்டை. 'உனக்கு உலகம் முழுக்க ஆட்கள் இருக்கினம், செத்த வீடு, கல்யாண வீடு என்று இப்படியே காசைச் செலவழிச்சுக்கொண்டு திரி, நானும் பிள்ளைகளும் இங்க சீரழியுறம் 'எண்டு பெரிய பிடுங்குப்பாடு' எண்டார்.

நான் நிமிர்ந்து அவரைப் பாத்தன்.

'சொந்தபந்தம் எண்டா என்ன அண்ண? அதுகள் எங்களை உறவு கொண்டாடி வளர்த்ததுகள். வேறு ஒன்றும் செய்யாட்டிலும் இறுதிச் சடங்குக்காவது போட்டுவர வேணாமே?'

அவரும் என்னைப் பாத்தார். தன்ர கதையக் கேக்கக்கூடிய ஆளோ எண்டு ஆழம் பாத்திருப்பார்போல.

'என்ர கதையக் கொஞ்சம் விளக்கமாச் சொல்லட்டோ?' எண்டார்.

நான் இரண்டாவது ரின்னை உடைச்சுக்கொண்டு சின்னத் தலையசைவால சம்மதம் சொன்னன். சிலவேளை இந்திர நீலத்தைவிட இது சுவாரசியமா இருக்கலாம் எல்லோ; தொடங்கினார்.

'நான் சொல்லப்போற கதைக்கும் இப்ப செத்துப்போன மாமா குடும்பத்திற்கும் ஒரு சம்பந்தமும் இல்லை. இது என்ரை தாய்வழிப் பெரியம்மா மகன்ரை கதை.'

பியரை உறிஞ்சியிழுக்க கால்வாசி ரின் முடிஞ்சுது.

'நான் செத்தவீட்டுக்குப் போகேக்கை மாமாவின் இறுதிக்கிரியைகள் தொடங்கிட்டுது. சொந்தக்காரர் கொஞ்சப் பேரும் அடையாளம் கண்ட கொஞ்ச நண்பர்களும் கட்டிப்பிடிச்சு முத்தமிட்டுக் கலங்கினாங்கள். நான் போய் மாமாவின்ர உடலுக்குப் பக்கத்தில நிண்டன். அந்த நேரத்தில, மிடுக்கான உடுப்போடையும் நடையோடையும் ஒருவர் உள்ள வந்தார். அவருக்குப் பின்னால அந்த நாட்டுப் பொலீஸ்காரன் ஒருவனும் வந்தான். கொஞ்சம் சலசலப்பான மண்டபம் பிறகு அமைதியாய் அவரைப் பாத்தது.

'நான் அவரை உத்துப் பாத்தன். அட அவன் என்ர தம்பி... பெரியம்மாவின்ர கடைசி மகன். ஞானசவுந்தரம். அசந்து போனன். அவனா இவன்? பெரியம்மாவையும் நான் மறந்து போனனே எண்டு நினைக்கேக்க, நெஞ்சு எரிஞ்சுது.

'ஞானசவுந்தரம் மாமாவின்ர உடலுக்கு முன்னால நிண்டு அஞ்சலி செய்துபோட்டுத் திரும்பேக்கை என்னைக் கண்டு தடுமாறிப் போனான். கிட்ட வந்தான். பொலீஸ்காரனும் கிட்ட வந்தான். வந்தவன் என்னைப் பாத்து 'குஞ்சண்ணனோ' எண்டான்.

'என்ர கண் கலங்கிப் போட்டுது. கட்டிப்பிடிச்சுக் கொஞ்சிக் கையப் பிடிச்சன். கொஞ்சநேரம் நிண்டவன், 'நான் போட்டு வாறன் அண்ணன்' எண்டிட்டு பொலீசோட போட்டான்.

'இறுதிக்கிரியைகள் எல்லாம் முடிய இரவாப் போட்டுது.

'சாப்பிடேக்கைதான் மச்சாளைக் கேட்டன், 'பெரியம்மா தூரத்திலையோ இருக்கிறா?' எண்டு.

'ஓம் ஒரு நாலு மணித்தியாலப் பயணம்' எண்டு சொன்ன மச்சாள், 'ஞானசவுந்தரம் உன்னைக் கட்டிப்பிடிச்சவனெல்லே. ஒண்டும் கதைக்கேல்லையோ?' எண்டு கேட்டாள்.

'இல்ல அவன் உடன போட்டான்' எண்டன் நான்.

'நாங்கள் நினைக்கேல்ல அவன் வருவான் எண்டு அவன் இப்ப இங்க பெரியாள் அல்லே; நாங்கள் அவனோட ஒரு தொடர்பும் வைச்சிருக்கிறதில்லை. தொடக்கத்தில, அகதிகளுக்கு மொழிபெயர்ப்பாளராச் சேந்தவன், இப்ப பெரிய அதிகாரியாம்,' எண்டு எடுத்தெறிஞ்ச தோரணையில மச்சாள் சொன்னாள்.

'இந்த நாட்டில பிரச்சினைப்பட்ட ஒரு சங்கானைப் பெடியனை நாட்டை விட்டு வெளியேத்தினவங்கள். இவன்தான் எயாப்போர்ட் வரைக்கும் வந்து பத்திரங்கள் எல்லாம் முடிச்சு, அவன் விமானத்திலை ஏறுவதை உறுதிப்படுத்திய பிறகு வெளிக்கிட்டுக் கார் பார்க்கிங்குக்ப் போயிருக்கிறார். அந்த சங்கானப் பெடியன்ரை பிரண்ட்ஸ் கொஞ்சப் பேர் ஒளிஞ் சிருந்து இவருக்குச் சம்பல் அடி. நல்லாக் காயப்படுத்திப் போட்டாங்கள். அதற்குப் பிறகு இவர் எங்க வெளியில் போனாலும் பொலிஸ் துணையோடதான் போகவேணும் எண்டு இங்கத்தைய அரசாங்கம் முடிவு செஞ்சு ஒரு பொலீசை எப்பையும் கூட அனுப்பியிருக்கிறாங்கள்.

'அவன் உங்களுக்கு நெருங்கிய சொந்தக்காரன்தான் எண்டாலும் சொல்லுறன் எண்டு கோபிக்காதை அவன் ஒரு சரியான ஒரு குரங்கன்' எண்டா மச்சாள்.

எனக்கு இந்தக்கதை ஆச்சரியமா இருந்திச்சுது. ஏன் இப்படிச் சொல்லுகிறாய்? எண்டு கேக்க,

'இங்கை கன தமிழ் ஆக்களின்ர கேஸ் தள்ளுபடியாகிறதுக்கும், சிலபேர் நாட்டை விட்டு வெளியேத்துப்படுகிறதுக்கும் இவன்தான் காரணம். இவனுக்கு விடுதலை இயங்கங்களைப் பிடிக்காது. ஏன் தமிழர்களையே பிடிக்காது. அகதியா வாற தமிழர் குடுக்கிற கேசுகளை இவன் படிப்பான். அதுகளைப் படிச்சுப்போட்டு, இவற்ரை ஊரில ஆமிக்காரர் இல்ல,இவற்றை ஊரில இயக்கங்கள் இல்ல, இவர் ஏதாவது காவாலிச் சேட்டை விட்டிருப்பார் ... புலியள் அடிச்சிருப்பாங்கள் இவர் ஏதாவது குற்றம் செய்திருப்பார். பொலிஸ் பிடிச்சு உள்ளுக்கை போட்டிருக்கும், எண்டு சொல்லிச்சொல்லிப் பல பேருக்குக் கிடைக்க வேண்டிய அகதி உரிமையை இல்லாமல் பண்ணின புண்ணியவான் இவன். ஏன் நான்கூட கேசுக்கு போகேக்கை இவன் என்னைக் கண்டிட்டான். 'மரியாம் பிள்ளையின்ரை மகள் அல்லோ' எண்டு கேட்டான். என்ரை மனுசன் கண்ணைக்காட்டி கனக்கக் கதைக்காதை எண்டு சொல்ல நான் பேசாம இருந்திட்டன். நாங்கள் கேசை வேறை சிற்றிக்கு மாத்தித்தான் வெண்டனாங்கள்.

'மச்சாள் பெரிய வரலாறே சொல்லி முடிச்சாள்.

'இப்படி நாங்கள் கதைச்சுக்கொண்டு இருக்கேக்க மச்சாள் வீட்டுப் போன் அடிச்சுது. எடுத்த மச்சாள் வியப்போட என்னப் பாத்து 'உனக்குத்தான்' எண்டாள்.

'மச்சாள் வீட்டு நம்பருக்கு எனக்குப் போனோ? ஆராயிருக்கும் எண்டு நானும் போனக் கையில வாங்க மறுபக்கத்திலையிருந்து 'நான் ஞானசவுந்திரம் ஆர் குஞ்சண்ணணோ' நான் மச்சாளப் பாத்துக்கொண்டு 'ஓம்' எண்டன்.

'அம்மா உங்களைப் பார்க்க வேணுமாம் நாளைக்குக் காலையில ஒரு ஒன்பது மணியப்போல வாறன் வெளிக்கிட்டு நில்லுங்கோ' என்று சொல்லிப்போட்டு என்ர பதிலைக் கேக்காமல் ஞானசவுந்தரம் போனை வைச்சிட்டான்.

'மச்சாளுக்கு விசயம் விளங்கிட்டுது. 'நாளைக்குக் கூட்டிக்கொண்டு போக வாறானோ' எண்டுபோட்டு நக்கலாச் சிரிச்சா. மச்சாளுக்குப் பழைய கதையள் தெரியும்.

'ஞானசவுரத்தின்ர அம்மாவும் அப்பாவும், அதுதான் என்ர பெரியம்மாவும் பெரியப்பாவும் இந்த நாட்டுக்கு வந்திட்டினம் எண்டு கேள்விப்பட்டு, மச்சாளிட்டைத்தான் தொலைபேசி இலக்கம் வாங்கிப் பெரியம்மாவுக்கு போன் எடுத்தன். பெரியப்பாதான் போனைத் தூக்கினார். நான் கனடாவிலை இருந்து குஞ்சன் பேசுறன் பெரியப்பா எண்டன்.

'உனக்கு இப்ப என்னடா வேணும்? என்ரை பிள்ளையைக் கொண்டுபோய்ச் சாக்காட்டிப் போட்டு நீ கனடாவிலை நல்ல சுகமாயிருக்கிறாய் என்ன?'

கதையைச் சொல்லிக்கொண்டிருந்த பக்கத்துச் சீட்காரர் கொஞ்சம் அமைதியாக இருந்தார்.

இந்திர நீலத்தைவிட கதை சுவாரஸ்சியமாத்தான் போய்க் கொண்டிருந்துச்சுது.

இரண்டாவது ரின்னையும் முடிச்ச நான், இந்த இடைவேளைக்குள்ள 'ரொய்லெட்'டுக்கு வெளிக்கிட்டன்.

கானாள நிலமகளைக் கைவிட்டுப்போனானை 2

எங்களயும் எங்கட கதையளையும் சுமந்தபடி விமானம் பறந்துகொண்டிருந்திச்சுது.

பக்கத்தில இருந்தவர் கொஞ்ச இடைவெளி விட்டுத் தொடங்கினார்.

'என்ரை அப்பர் ஒரு சரியில்லாத ஆள் அண்ணை.'

'இது என்னடா பின்நவீனத்துவ நாவல்போல இடையிலை தொடர்பில்லாமல் வேறையொண்டத் துவங்குது இந்த மனிசன்' எண்டு நினைச்சுக் கொண்டு . . . 'அப்பாவை அப்படிச் சொல்லுறதே?' எண்டு கேட்டன்.

'அப்பாவை அப்படிச் சொல்லப்படாதுதான். இப்ப அந்தக் கோவம் எல்லாம் போட்டுது, ஆனா அண்டைக்கு நாங்கள் பட்டபாட்டை நினைச்சால் அப்பாவிலதான் கோபம் வருது. நாங்கள் ஆறு பிள்ளையள். அப்பா ஒழுங்காய் ஒரு வேலைக்குப்போய்ச் சம்பளம் எடுத்ததை நான் அறியேல்லை.'

'அப்ப என்னண்டு நீங்கள் வாழ்ந்தனீயள்?' ஒரு ஆவலில கேட்டுப் போட்டன்.

'எல்லாம் அம்மாதான். அம்மா ஒரு மகா கெட்டிக்காரி. அம்மாவுக்கு ஒரேயொரு சகோதரிதான். அதுதான் அண்ண, நான் பாக்கப்போன பெரியம்மா.

அம்மாவின்ர கவலைகளுக்குப் பெரியம்மாதான் கண்ணீர் விடுவா. என்னையெல்லாம் வளர்த்தது பெரியம்மா எண்டுதான் சொல்லுவன், எண்டவர் ஒரு பெருமூச்சுவிட்டார். உள்ளுக்குள்ள பழைய சம்பவங்கள் ஓடத் தொடங்கிட்டுதுபோல. திரும்பத் தொடங்கினார்.

'எங்கடை அப்புச்சி அதுதான் அம்மாவின்ர அப்பா. நல்ல வசதியான ஆள். கடைசிக் காலத்தில தன்ரை சொத்துக்கள் எல்லாத்தையும் அம்மாவுக்கும் பெரியம்மாவுக்கும் இரண்டாய் பிரிச்சுக் குடுத்திட்டார்.

'பெரியம்மாவுக்கு வாய்ச்ச புருசன் அப்பிடி. பெரியப்பா அதை நாலு மடங்காக்கினார். என்ர அப்பரோ அதைச் சைபர் ஆக்கினார்.

'அதை விடுங்கோ அண்ண, சலூனில குப்பயைக் கிளறினா மயிர் மயிராத்தான் வரும்,' எண்டு சொல்லித் தானே அந்தக் கதையை முறிச்சுக்கொண்டு, சொல்லவந்த கதையச் சொல்லத் தொடங்கினார்.

'என்னிலை பெரியம்மாவுக்குப் பெரிய வாஞ்சை. என்ர வீட்டிலை நேரத்துக்குச் சாப்பாடு கிடையாது. தட்டில சோத்தைப் போட்டுக்கொண்டு கறிக்குப் பெரியம்மா வீட்ட போவேன் அல்லது கறியைப் போட்டுக்கொண்டு சோத்துக்கு அங்க போவேன். எதுக்குக் காசு தேவையெண்டாலும் அவவிட்டத்தான் போவன். பாவம் மனிசி நாலு தரம் கெஞ்சினவுடன காசு தந்திடுவா.

'பெரியப்பாவுக்கு ஏனோ தெரியேல்ல துப்பரவாய் என்னப் பிடிக்காது. ஒரு நாள் நான், பெரியம்மா வீட்டை சாப்பிட்டுக்கொண்டிருக்கேக்க, தோட்டத்திற்குப் போயிருந்த பெரியப்பா வந்திட்டார்.

'இதென்ன மடமோ?' எண்டு என்னைப் பார்த்துக் கேட்டபடி குசினிக்குள்ள போனார் பெரியப்பா. குசினிக்குள்ள பெரிய பிரச்சினை ஓடியிருக்கும்போல. என்ரை பிள்ளை வேற தங்கச்சியன்ரை பிள்ளை வேறையோ எண்டு பெரியம்மா அழுது கேட்டது. நான் மெல்லமாச் சாப்பாட்டுத் தட்டோட மாறிட்டன்.

'இன்னுமொரு நாள் நான் சாப்பிட்டுக் கொண்டிருக்கேக்கை தூரத்தில பெரியப்பா வாறதைப் பெரியம்மா கண்டிட்டார்.

'பெரியப்பன் கொதிக்கப் போறான்ரா போய் பின்னாலை வாழைக்க நின்று சாப்பிடு ராசா. சாப்பிட்ட தட்ட அங்கையே வைச்சுப் போட்டுப் போ' எண்டார்.'

கதை சொன்னவர் திருப்பியும் இடைவெளி எடுத்தார். கதையைச் சுவாரசியமாக் கேட்டுக்கொண்டிருந்த எனக்கு சிரிப்பும் கவலையாயும் இருந்துது.

'ஏன் உங்கடை வீட்டிலை சமைக்க மாட்டீங்களோ?'

'அதெல்லாம் சமைக்கிறதுதான். ஆறு பிள்ளைகள் எல்லோ; எல்லாரும் திண்டது பாதி தின்னாதது பாதிதான்,' எண்டு சலிப்போட சொல்லிப்போட்டு மிச்சக் கதையைத் தொடர்ந்தார்.

'அதுதான் அண்ண அப்பரிலை ஆத்திரம். நான் சின்னனாயிருக்கேக்கை அப்பரோடை ஒருநாள் பஸ்சிலை போய்க்கொண்டிருந்தன். அப்பற்றை நண்பர் ஆரோ அவரைப் பாத்து 'உங்களுக்கு எத்தனை பிள்ளைகள்?' எண்டு கேக்க, அவர் என்னக் காட்டி, இவன் ஒண்டு, பிறகு விரலை மடிச்சு, ரவி ரண்டு, குமார் மூண்டு எண்டு கணக்குப் பாத்து ஐஞ்சு பிள்ளையள் எண்டார். கேட்டுக்கொண்டிருந்த நான், அப்பா, 'சுகன விட்டிட்டியள்' எண்டு சொல்ல

'சொரி சொரி' ஆறுபேர் எண்டார்.

'கேட்ட அந்த ஆள் அப்பரைப் பத்தி என்ன அண்ண நினைச்சிருக்கும். சிரிச்சுப்போட்ப் பேசாம இருந்திட்டுது.

'ஒவ்வொரு நாளும் காலையிலை எழும்பிக் குளிச்சுப் போட்டு, வெள்ளையும் சொள்ளையுமா வேட்டி சேட்டு போட்டுக்கொண்டு வெளியிலை போவார். அவரை மாதிரியே நாலு சனம் சந்தியில சேரும். புரட்சியளப்பத்திக் கதைப்பாங்கள். மாற்றங்கள் வரும் எண்டு கதை விடுவாங்கள். அந்தப் புரட்சிவெள்ளம் மானிப்பாய் சந்தி வரைக்கும் வந்திட்டுது எண்ட மாதிரித்தான் கதையள் இருக்கும். ஒரு வெள்ளம் வந்து பெரியப்பா மாதிரியான முதலாளிகள விழுங்கிப் போடும், நாங்கள் பிறகு ராசாவாத் திரியலாம் எண்ட கற்பனை அவருக்கு. கொஞ்ச நாள் 'செந்தமிழர் ஆவோம்' எண்டு சொல்லிக்கொண்டு சிவப்பு மட்டைப் புத்தகங்களக் கொண்டுதிரிஞ்சார். அது தத்துவப் புத்தகங்களாம்.

'அவர் படிச்ச தத்துவங்களிலையும் வாசிக்கிற புத்தகங்களிலையும் பிள்ளையளுக்கு நேரத்துக்குச் சோறு போடப்படாது எண்டு எழுதிவைச்சிருந்தாங்களோ தெரியேல்ல. எங்களுக்கு ஒழுங்கா சாப்பாடு கிடைச்ச மாதிரி ஞாபகம் இல்ல. ஆனா அம்மாவுக்கு அப்பர் மேல பெரிய மயக்கம். அப்பா பெரிய படிப்பாளி என்ற நினைப்பு அவவுக்கு, அது கடைசிவரைக்கும் மாறிய மாதிரித் தெரியேல்ல. ஆனா, நாங்கள் ஏதோ ஒரு வழியாப் படிச்சு ஒரு வெளிநாட்டுக்குப் போய்,

மத்தாக்களக் கூப்பிட்டுப் பின்னால எல்லாரும் நல்ல வந்திட்டம். இதுக்கெல்லாம் காரணம் அப்பாதான் எண்டு அம்மா சத்தியம் செய்வா. அது அவவின்ர புருச விசுவாசமோ, இல்ல அப்பா அவவ மாஜாயாலங்களால மயக்கி வச்சிருந்தாரோ தெரியாது. ஆனா, எங்களுக்கு மட்டுமில்ல, ஊருக்கே உண்மை தெரியும்.'

சொல்லிக்கொண்டிருந்தவர் என்னைப் பாத்தார். தன்ர கதைய சுவாரசியமில்லாம நான் கேக்கிறன் எண்டு நினைச்சாரோ தெரியேல்ல.

'எங்கட அப்பா அம்மாவைப் பத்திச்சொல்றது எண்டால், என்ர நண்பன் கணேசன் சொல்லுற கதையொண்டுதான் ஞாபகம் வருகுது' எண்டிட்டு ஒரு கிளைக்கதையை சொல்லத் தொடங்கினார்.

இண்டைக்கு எனக்கு எழுதின விதி, இவற்ரை கதையளக் கேக்குறதுதான் எண்டான பிறகு நான் என்ன செய்ய? ஒரு பியர் டின்னுக்குக் கடமைப்பட்டுப் போனன்.

'ஒரு புருசனும் பெண்சாதியும் காட்டுக்கால நடந்து போய்கொண்டிருக்கேக்கை திடீரெண்டு கரடியொண்டு வந்திட்டது. புருசன் பயத்திலை மனுசியை விட்டிட்டு ஓடிப் போய் மரத்திலை ஏறிப்போட்டார். மனுசிக்கு மரம் ஏறத் தெரியாது. வேறை வழியில்ல, கரடியை எதிர்கொண்டா. கையிலை கிடந்த சோத்துப் பார்சலாலை கரடியன்ரை முகத்தைப் பொத்தி பெரிய அடி. கரடி திடுக்கிட்டு போச்சுது. குழம்புக் கறி கண்ணில பட்டுதோ என்னவோ கரடி மிரண்டு போட்டுது. மனுசி கரடிக்கு மேலே ஏறியிருந்து கரடிக்கு சாம்பல் அடி. புருசன்காரன் மரத்திலையிருந்துகொண்டு 'அப்படித்தானடி அப்படித்தான்... நல்லாய் அடியடி ஆற்றை பெண்சாதியென்று சொல்லியடி' எண்டு சந்தோசமாய்க் கூவினார். இந்த கதையில வாற புருசன் மாதிரித்தான் என்ரை அப்பர். பின்னாலை எங்கடை குடும்பம் நல்லாய் வந்ததுக்கு அம்மாவின்ர தியாகமும் அர்ப்பணிப்பும்தான் காரணம். ஆனா அம்மா சொல்லுறாஅப்பாவின்ர பொதுத்தொண்டும் கள்ளம் கபடம் இல்லாத வாழ்வும்தான் எண்டு.'

கொஞ்சம் இடைவெளி விட்டார்.

விமானம் கனடாவுக்குப் போய்ச் சேந்தாலும் இவற்ரை கதையள் முடியாதுபோல இருக்கு எண்டு நான் நினைச்சுக்கொண்டு, அவற்ரை பகிடிக் கதைய ரசிச்ச மாதிரிச் சிரிச்சன். ஏதாவது சொல்லவும் வேணுமெல்லே.

‘உங்கட கதை சுவாரசியமா மட்டுமில்ல, நாங்கள் படிக்க வேண்டிய விசயங்களும் இருக்கு’ எண்டு சொல்லிக்கொண்டு, ‘நீங்கள் போய்ப் பெரியம்மாவைப் பாத்தீங்களா? பெரியப்பா அப்ப ஏன் அப்படிச் சொன்னவர்?’ கதையைச் சுருக்க, இப்படிக் கேள்விகளை அடுக்கிக்கொண்டு போனேன்.

‘கொஞ்சம் பொறுங்கண்ணன் ஒவ்வொண்டாய்த்தானே சொல்லலாம்’ எண்டபடி தொடர்ந்தார்.

‘பெரியம்மாவுக்கு மூன்று பெடியள் மூத்தவன், ஞானசீலன்; அடுத்தவன் ஞானஆனந்தன்; கடைசி ஞானசவுந்தரம்; இதில ஞானசீலன் என்ரை வயசுக்காரன். அவன் எனக்கு சகோதரன் மட்டுமில்ல நல்ல கூட்டாளியுந்தான்.

‘ஒருநாள் ஞானஆனந்தன் பஸ்சிலை பள்ளிக்கூடம் போகேக்கை அவனோடை சேர்த்து ஆறு இளம் குருத்துக்களை ஸ்ரீலங்கன் ஆமி சுட்டுக் கொண்டுபோட்டுது. எங்கடை கடைசிக் குட்டி தம்பியண்ணன் எனக்கு இப்ப எண்ட மாதிரி. நானும் ஞானசீலனும் வயலுக்கு போட்டு வந்துகொண்டிருந்தனாங்கள், நல்ல மழை, நனைஞ்சபடி நடந்து வரேக்கை எங்கடை பக்கத்துவீட்டு ஞானம் அக்காதான் குழறிக்கொண்டு ஓடிவந்து ‘உங்கடை தம்பியை ஆமி சுட்டுக்கொண்டுபோட்டான்ரா’ எனச்சொல்ல நாங்கள் மழைக்குள்ளே விறைத்துப் போனோம். ஞானசீலன் பத்திருபது நிமிசம் அப்படியே நின்றான். நான்தான் உலுப்பி வீட்டுக்க இழுத்து வந்தேன், அது ஒரு இருபது முப்பது வருசமாயிற்று. நாங்கள் எல்லாம் திகைச்சுப் போனோம் அண்ண. எங்கட குடும்பங்கள் உடைஞ்சு போச்சுது. படிப்பெல்லாவற்றையும் விட்டிட்டுப் பழிக்குப்பழி வாங்க வேணும் என்று கொதி எனக்குள்ள நெருப்பாய் எரியத் தொடங்கிட்டுது. சிங்கள ஆமி நாலைஞ்சு பேரையாவது கொல்ல வேணும் எண்ட வெறி நெஞ்சுக்குள்ள நிக்கத் தொடங்கிட்டுது.

‘செத்த வீடு முடிஞ்சு மூண்டாம் நாள் இரவு.

‘என்னை வரச் சொல்லிப்போட்டு, ஞானசீலன் எங்கடை ஒழுங்கை இருட்டுக்குள்ளை போய் நிண்டான். ‘என்னடா என்ன விசயம்? ஏன் இங்க வந்து நிக்கிறாய்?’ எண்டு நான் கேக்க, ‘நாளைக்கு காலையில நான் இயக்கத்துக்குப் போகப் போறன். உனக்கு மாத்திரம் சொல்லுறன் ஆருக்கும் தெரிய வேணாம்’ எண்டான்.

‘ஒருவருக்குமே தெரியவராது ஏன் எண்டா, நானும் உன்னோடை வாறன். இஞ்சினியறிங் கிடைக்கும் என்று

நம்பிக்கையில இருக்கிற நீயே இயக்கத்துக்குப் போகேக்கை நான் இங்கையிருந்து மயிரையா பிடுங்கப் போறேன்?' எண்டன்.

'விடிய நாலு மணிக்கு அரசடியிலை நிப்பன், வந்திடு' எண்டு சொல்லிப்போட்டு அவன் போட்டான். இரவு நித்திர வரமாட்டன் எண்டு பிடிவாதம் பிடிச்சுது. அம்மாவையும் பெரியம்மாவையும் நினைக்க மனம் வலிச்சுது. விடிய எழும்பி தேடப் போறாவே எண்டு நினைச்சுக்கொண்டு, எழுதி வைக்கிறத்துக்கு ஒரு பேப்பரை எடுத்தன். அப்பா அடிக்கடி சொல்லிற வசனம் என்று ஞாபகத்துக்கு வந்துது எழுதினன்.

'வெந்ததை தின்று, விதி வந்தால் போவதற்கல்ல வாழ்க்கை. நான் இயக்கத்துக்குப் போறேன், தேட வேண்டாம்' எண்டு எழுதி சீனிப் போத்தலுக்கை வைச்சன். 'அம்மா காலையிலை செய்யிற முதல் வேலை, அப்பாவுக்கு தேத்தண்ணி போட்டுக் கொடுக்கிறதுதான். விடிய மூண்டு மணிக்கே அரசடிக்குக்கிட்ட நான் போயிட்டன்.'

கானாள நிலமகளைக் கைவிட்டுப்போனானை 3

இருட்டெண்டா அந்த மாதிரி ஒரு இருட்டு. நட்சத்திரங்களைச் சுட்டெரித்த ஒரு இரவு எண்டு ஆரோ ஒரு பாட்டுக்காரன் சொன்னானே அந்த மாதிரி ஒரு இருட்டு. ஞானசீலன் சொன்ன ஆலமரத்துக்குக் கிட்ட வந்திட்டன். ஆனா அவனக் காணேல்ல. என்னைவிட அவன்தான் வேகமா நிண்டவன். எப்பிடியும் வருவான் எண்டு நினைச்சுக்கொண்டு அந்த இருட்டுக்குள்ள நிண்டன். கொஞ்சம் சத்தமாக் கூப்பிட்டும் பாத்தன். அவனைக் காணேல்ல. ஒரு சலசலப்புக் கேட்க, நான் உசாராயிட்டன். ஞானசீலனாயும் இருக்கலாம். வேறை யாராயும் இருக்கலாம். இரண்டு சைக்கிள் வந்து ஆலமரத்துக்குக் கீழ நிண்டுது. இவங்கள் எங்களக் கூப்பிடவந்த பெடியளாயும் இருக்கலாம் எண்டு நினைச்சு முன்னால போனன்.

என்னைக் கண்டவுடன, 'ஆரடாப்பா நீ? பிந்தியே வந்தனீ? வள்ளம் வெளிக்கிடப்போகுது. கெதியாச் சைக்கிளில ஏறு' எண்டாங்கள்.

ஞானசீலன் கதைச்சுவைச்ச பெடியள்தான் இவங்கள் எண்டும் ஞானசீலன் வரப் பிந்துது எண்டு நினைச்ச நான், 'என்ர பிரண்ட் ஞானசீலன் வரட்டும், வந்தவுடன போவம்' எண்டன்.

'எல்லாரும் வந்திட்டாங்கள். வள்ளம் வெளிக்கிடப் போகுது... கெதியா சைக்கிளில ஏறு' எண்டு அவங்கள் அவசரப்படுத்த, நானும்

ஏறிட்டன். இயக்கத்தில சேரவேணும் எண்டு உறுதியா நிண்ட ஞானசீலன் என்னைவிட முன்னுக்கே வந்திருப்பான். அந்தக் கும்மிருட்டில எதுவும் தெரியேல்ல. சைக்கிளை வேகமாக ஓட்டிக்கொண்டுபோன பெடியள், கடற்கரையில சைக்கிளப் போட்டிட்டு, கையில பிடிச்சு வள்ளத்துக்குக் கூட்டிக்கொண்டு போனாங்கள். நான் சிலவேளை தப்பி ஓடிடுவன் எண்டு நினைச்சாங்களோ தெரியேல்ல? வில்லங்கமா கையில பிடிச்சு ஏத்திவிட்டாங்கள்.

'வள்ளத்தில வேறை பெடியன்களும் இருந்தாங்கள். எத்தனை பேர்? ஆர்? எண்டு ஒண்டும் இருட்டுக்குள்ள தெரியேல்ல. சீலன் இருக்கிறானோ எண்டு சுத்தும்முத்தும் பாத்தன். காணேல்ல. சத்தமாக் கூப்பிடவும் அவங்களிட்ட கேக்கவும் பயமாய்க் கிடந்தது. இருந்தவங்களும் ஏதோ குசுகுசுத்துக்கொண்டிருந்தாங்கள். ஓட்டி வள்ளத்தின்ர எஞ்சினை இயக்கினான். எல்லாம் அமைதியாயிட்டுது. என்ர மனம் ஞானசீலனை எங்கை எண்டு தேடிக்கொண்டிருந்தது.

'வள்ளம் ஓடத் தொடங்கிட்டுது.

'இயக்கத்துக்கு ஒரே நேரத்தில கன வள்ளங்கள் வெளிக்கிடுறது எண்டு கேள்விப்பட்டிருந்தன். ஞானசீலன் வேறையொரு வள்ளம் ஏறியிருப்பான். கரையில சந்திக்கலாம் எண்ட நம்பிக்கை எனக்கு. நான் வள்ளம் மாறி ஏறி, வேறையொரு இயக்கத்தின்ர முகாமுக்குள்ள வந்திட்டன் என்டு தெரிய எனக்கு ஒரு கிழமையாச்சு.

'அண்ண, உங்களுக்கு என்ன மூளைக்குறைவோ? ஏன் இப்படி?' அவற்றை கதையின்ர சுவாரசியத்தில ஊறிப்போன நான் கொஞ்சம் கோபமாய்த்தான் கேட்டுப்போட்டன்.

'ஓம் அண்ணை, அந்தத் தலைமுறைப் பெடியளுக்கு மூளை குறைஞ்சபடியால்த்தான் உயிரைக் கொடுத்துப் போராடப் போனாங்கள்' எண்டு சோகமாய்ச் சொல்லிக் கொஞ்சம் இடைவெளிவிட்டார்.

பிறகு மிச்சக்கதையைச் சொல்லத்தொடங்கினார்.

'வள்ளம் ஓடிக்கொண்டிருக்கேக்கையே விடியத் தொடங்கிட்டது. கடல் பழக்கம் புதிசு எண்டுறதால சத்தி எடுஎடுவெண்டு எடுத்து வள்ளத்தின்ர மூலையில சுருண்டுபோய்க் கிடந்தன். அலையளின்ர ஆட்டமும் கொஞ்சம் அடங்கி வள்ளம் சுகமா ஓடிக்கொண்டிருந்துது. தலைய நிமித்தி வெளிச்சத்தில மற்றைப் பெடியளப் பாத்தன். ஒருத்தரும் தெரிஞ்சவங்களா இல்ல. எல்லாரும் ஆளையாள் பாத்துக்கொண்டிருந்தாங்கள்.

கடல் பயணத்தைப்பத்தி ஆக்கள் கதைகதையாச் சொல்லுற மாதிரி, ஒண்டுமில்லாமல் தமிழ்நாட்டுக் கரையில வந்திறங்கினம். வள்ளத்துக்குள்ள முடங்கிக்கிடந்த வலியோ இல்ல கரையக்கண்ட மகிழ்ச்சியோ தெரியேல்ல. வள்ளத்தால் இறங்கினவுடன ஒருத்தன் வேகமாக ஓடினான். பின்னால நாங்களும் ஓடினம். சத்தியெடுத்த களை, கால் புதையிற கடற்கரை மணல் என்ன கஸ்டமான ஓட்டம். தாய்நாட்டை விட்டு, அண்டைக்கு எடுத்த ஓட்டம் கனடா வரைக்கும் தொடர்ந்தது.'

என்னை உறுத்திக்கொண்டிருந்த கேள்வி, இவர் எந்த இயக்கத்தில சேர்ந்திருப்பார் எண்டதுதான். குறுக்க மறிச்சுக் கேட்டன்.

'தம்பி, நீங்கள் போன இயக்கம் என்ன? அங்கு என்ன நடந்தது? சீலனை பிறகு காணேல்லையோ?'

'அந்த இயக்கத்துக்கு என்ன நடந்தது எண்ட கதைய விடுவம். அதைச் சொல்ல வெளிக்கிட்டால் மூன்று நாலு நாட்கள் வேணும். என்ர வாழ்க்கையில நான் திரும்பவும் ஞானசீலனைக் காணேல்ல. தான் விரும்பிய இயக்கத்தில சேந்த அவன், ஒருதடவை அவன் ஊருக்கு வந்திருக்கேக்கை, 'நான் போறதுக்கிடையில அவன் வேறு வள்ளத்திலை போய் வேறை இயக்கத்திலை சேர்ந்துபோட்டான். அவன் அப்பிடிச் செய்வான் எண்டு நான் நினைச்சுக் கூடப் பாக்கேல்ல,' எண்டு என்ர அக்காவிட்டைச் சொல்லியிருக்கிறான்.

ஞானசீலன் இயக்கத்துக்குப் போனது பெரியப்பாவுக்குப் பெரிய அதிர்ச்சியாய்ப் போயிட்டுது. இருக்கிற ஒரு பெடியனையாவது காப்பாத்த வேணும் எண்டு நினைச்சு ஆரையோ பிடிச்சு அலுவல் பார்த்தார். கடலோட கொஞ்சமும் சம்பந்தமில்லாத ஞானசவுந்தரத்தை, மீன்பிடி சம்பந்தமான புலமைப்பரிசு வாய்ப்பு எடுத்து ஸ்கண்டிநேவியாவுக்கு அனுப்பிப் போட்டார். அவரிட்ட நிறையக் காசு கிடந்ததுதானே. ஞானசீலன் அடிபாடுகளில பெரிய வீரம் காட்டியிருக்கிறான். அதால இயக்கத்திலையும் பெரியாள் ஆயிட்டான். நானும் அவனும் நேரநேரச் சந்திச்சால், ஒருவரையொருவர் சுட்டுக் கொல்லுவம் எண்டுற அளவுக்கு எங்களின்ர இயக்கங்களின்ர பகை உச்சத்துக்குப் போட்டுது. நான் அவனைக் கடைசிவரை பார்க்கவேயில்லை.'

'அண்ண உங்கட கதை கேக்கிறத்துக்கு சுவாரசியமா மட்டுமில்ல, சில உண்மையளையும் வெளிய பதிவு செய்திருக்கு. நீங்கள் இன்னும் உங்களுக்கு என்ன நடந்தது எண்டுறதைச்

சொல்லேல்ல. கெதியாச் சொல்லுங்கோ. சாப்பாடு தரப்போறாளவை' எண்டன்.

'நான் போன இயக்கத்திலை நல்ல பெடியள் கனபேர் இருந்தாங்கள். கொஞ்சம் விவரமாயும் துணிவாயும் இருந்தாங்கள். எங்கட நோக்கம் நாட்டை உருவாக்கிறது மட்டுமில்ல, வர்க்க ஏற்றத்தாழ்வு இல்லாத சமத்துவ பூமிய உருவாக்க வேணும் எண்டும் கதைச்சாங்கள். அதில கன விசயங்கள் எனக்கு அப்ப விளங்கியிருக்கேல்ல. எங்களுக்கு ரெயினிங் எல்லாம் தந்தாங்கள். சுடப் பழகினவங்களுக்கு எப்படா சண்டைக்குப் போவம் எண்டிற ஒரு வெறி இருக்கும். எங்களில கனபேருக்கு அது இருந்தது. ஆனா, சண்டை இண்டைக்குத் தொடங்கும் நாளைக்குத் தொடங்கும் எண்டு தலைமையில இருந்தவங்கள் சொல்லிக்கொண்டிருந்தாங்கள்.

'இந்தக் காலத்தில தலைமைக்குள்ள முரண்பாடுகள் தொடங்கிட்டுது. நாங்கள் தங்கியிருந்த முகாம்களுக்குள்ளையும் எதுவும் சீரா இல்ல. எப்ப, என்ன நடக்கும் எண்ட பயம்தான் எல்லாருக்கும் இருந்தது.

'ஞானசீலன்ரை தலைமையில நடந்த ஒரு இராணுவ முகாம் தாக்குதலில அவன் பலியாகிப் போனான். இந்தச் செய்தியை நான் கேள்விப்படுற நேரத்தில, நானும் மூண்டு நண்பர்களும் அண்டைய நாள் சாப்பாட்டுக்காக அலைஞ்சுகொண்டிருந்தம்.

'எங்கட ஊர்ச்சந்தியில அவன்ர பெரிய படத்தை வைச்சு ஊரே அஞ்சலிக் கூட்டம் நடத்தி அல்லோலகல்லோல்ப்பட்டதாம் எண்டு கேள்விப்பட்டன்.

'எனக்கு அழுகை அழுகையாக வந்தது. இந்த வீணாய் போற இயக்கத்திலை நானும் என்ர தோழர்களும் மாட்டுப்பட்டுக் கொண்டோமே!

'இந்த இயக்கத்தில மணி எண்டொரு நண்பன் கிடைச்சான். அற்புதமான நண்பன். ஆத்திரக்காரன். ஆனா, அன்பும் நியாயமும் அவனிட்ட இருந்தது.

'இயக்கத்தின்ர தலைமையள் விட்டுக்கொண்டுபோன பிழையள அவனால ஏற்க முடியேல்ல. கேள்வியள் கேட்கத் தொடங்கிட்டான். அவனிட்டயிருந்த கேள்வியள் எனக்கும் நியாயமாத்தான் தெரிஞ்சது. நான் அவனோடையே திரியத் தொடங்கினன். என்னைச் சிலபேர் எச்சரிச்சாங்கள் அவனோட சேராதை... அவனுக்கு ஆபத்து காத்திருக்குது எண்டு. அவங்கள் சொன்ன மாதிரியே நடந்தது. ஒருநாள் அவனையும் கூடத்திரிஞ்ச

என்னையும் தலைமையின்ர ஆட்கள் பிடிச்சு விசாரிச்சாங்கள். மணி பயப்பிடேல்ல. அவங்களிட்ட தன்ர நியாயத்தைச் சொன்னான். வாக்குவாதப் பட்டான். உயிர்ப்பயம் இருந்தும் அவன் பின்வாங்கேல்ல. என்ர கண் முன்னால அவனை அடிச்சுக் கொண்டாங்கள். நான் உயிர் உறையிற பயத்தில பேசாம நிண்டன்.'

அவற்ரை கண் முன்னால நடந்த ஒரு சோகத்தைச் சொன்ன நிலையில அவரும் கதைய நிப்பாட்டிட்டு அமைதியாயிட்டார். நானும் மேற்கொண்டு எதுவும் கேக்கேல்ல. அவரையே பாத்துக்கொண்டிருந்தன். ஒன்றும் கதைக்காமல் பிளேனுக்குள்ளாலை வெளியாலை பார்த்துக்கொண்டிருந்தார். கண்ணீர் வழிஞ்சு ஓடிக்கொண்டிருந்துது. சட்டெண்டு என்னைத் திரும்பிப் பாத்தார்.

'அண்ணை என்னிலை மூத்திரம் மணக்குதோ' என்றார்.

எனக்கு விசராப் போச்சுது. சம்பந்தமில்லாம திடீரெண்டு இப்பிடிக் கேட்டால்.

'ஏன் இப்பிடிக் கேக்கிறீங்கள்? எனக்கு ஒரு மணமும் மணக்கேல்ல' எண்டன்.

'இல்லையண்ணன் எனக்கு அப்படியொரு வருத்தம் இருக்கு. என்னிலை மூத்திரம் மணக்குதோ எண்ட மாதிரி ஒரு நினைப்பு என்ர நெஞ்சுக்குள்ள இருக்கு. டொக்டரிட்டையும் போய்க் காட்டினனான். அவர் வெறும் மனப்பிராந்தி எண்டு சொன்னார்.'

எனக்கும் ஏதோ விளங்கியது மாதிரி இருந்தது.

'அவங்கள் உங்கள விசாரிச்சுப் போட்டு என்ன செய்தவங்கள்?' எண்டு கேள்வியக் கேட்டுக் கதையைத் தொடரத் தூண்டினன்.

'எங்களை விசாரிக்க வந்தவன் வேறை காம்பில இருந்தவன். அதிகமாய்த்தான் அதட்டிக் கதைச்சான். அவன்ர முகத்தில இல்லாத கொடூரம் மனசில இருந்தமாதிரிக் கிடந்தது. சுத்தி நிண்ட அடியாட்களப் பாத்து 'இவனை அடியுங்கடா' எண்டு சொன்னான். 'அடி தாங்காம நான் கீழ விழுந்தன். உடம்பில அங்கங்க இரத்தம் ஓடிக்கொண்டிருந்தது. 'இவனுக்கு மேல எல்லாரும் மூத்திரம் பெய்யுங்கடா' எண்டான். அதுக்காகக் காத்து நிண்டவங்கள் மாதிரி மூத்திர வெள்ளத்தில என்ன மிதக்கவிட்டாங்கள். நான் துடிச்சன். எதைப் பாத்து ரசிச்சானோ தெரியேல்ல அவன் ரசிச்சுச் சிரிச்சுக்கொண்டிருந்தான்.'

சொன்னவர் திருப்பியும் கண்ணீர்விடத் தொடங்கிட்டார்.

இந்தக் கதைக்கு இப்பிடியொரு திருப்புமுனை இருக்கும் எண்டு நானும் எதிர்பார்க்கேல்ல.

'ஏதோ உயிர் தப்பிட்டியள்தானே. பழசுகளை நினைச்சுக் கவலைப்படாதையுங்கோ. ஞானசீலனைப்போல வேறை இயக்கத்தில சேர்ந்திருந்தால் செத்தெல்லே போயிருப்பியள். இண்டைக்கு ஒரு மனிசனா சொந்தபந்தங்களோட வாழுறியள் தானே' எண்டன்.

'செத்திருக்கலாம் அண்ணன் மூத்திரம் மணக்கமணக்க, இந்த உலகம் முழுக்க நான் அகதியாய் அலைய வேணுமோ?' எண்டு அவர் விம்மத் தொடங்கினார்.

உணவு வண்டியத் தள்ளிக்கொண்டு வந்த பணிப்பெண் 'சாப்பிட வேணுமா குடிக்க வேணுமா?' எண்டு கேட்டாள்.

எல்லாத்தையும் சாப்பிடக்கூடிய என்னால அவளுக்கு உடன பதில் சொல்ல முடியேல்ல.

கானாள நிலமகளைக் கைவிட்டுப்போனானை 4

என்னத்தைச் சொன்னாலும் விமானத்தில தாற சாப்பிட்டில ஏதோவொரு சுவை இருக்கத்தான் செய்தது.

தட்டிலயிருந்த சாப்பிடக்கூடிய பொருள் ஒண்டையும் அவர் மிச்சம் விடேல்ல. நானும்தான்.

சாப்பிட்டு முடிஞ்சதும் பேசத் தொடங்குவார் எண்டு நினைச்சன். அவர் மௌனமாகத்தான்

இருந்தார். நான்தான் கதையைத் தொடங்கினன். ‘இப்ப போன இடத்தில, பெரியம்மா, பெரியப்பா எப்படியிருக்கினம்? உங்களோடு சந்தோசமாப் பேசினவையோ?’

என்னப் பாத்திட்டு அங்கால திரும்பி ஒரு ஏவறை விட்டார். திருப்பியும் என்னப் பாத்துக் கதைக்கத் துவங்கினார்.

‘அண்டைக்கு சரியா சொன்னபடி, ஒன்பது மணிக்குத் தம்பி ஞானசவுந்தரம் என்னக் கூட்டிக் கொண்டு போகவந்தான். அவனுக்குப் பாதுகாப்பாகக் கூடவே திரியிற பொலிஸ்காரன் கார் பின் சீட்டில இருந்தான். அவன்ரை வீட்டை போய்ச் சேரும்வரைக்கும் நாங்கள் ஒண்டும் கதைக்கேல்ல.

‘அவன்ரை வீட்டடி வந்ததும் பொலிஸ்காரன் இறங்கித் தம்பிக்கு போட்டுவாறன் எண்டு சொல்லிப்போட்டுத் தன்ர காரை எடுக்கப் போனான். நானும் இறங்கிட்டன். ஞானசவுந்தரம் காரை கராஜுக்குள்ள கொண்டுபோனான். வீட்டுக்கு வெளிய பெரியப்பா நிண்டார். ஆள் அடையாளமே தெரியேல்ல; மெலிஞ்சு வாடிப்போயிருந்தார். வெளியிலை நல்ல குளிர். அதைக்கூட உணராமல் பிஜாமாவோடையும் சேட்டோடையும் விறைச்சுப்போய் நிண்டார். நான் ஓடிப்போய் பெரியப்பா எண்டன். அவர் என்னக் கண்டுகொள்ளவே இல்ல. திருப்பியும் பெரியப்பா எண்டு உரத்துச் சொன்னன். என்னைப் பார்த்தார். ‘பின்னாலை இரண்டு பனை தறிக்கவேணும் செல்லன், ஆட்கள் வாறம் எண்டவங்கள். வெயில் ஏறப்போகுது, அறுவான்களைக் காணேல்லை’ என்றார்.

நான் திடுக்கிட்டு போனன். ஸ்கண்டிநேவியாவிலை பனை தறிக்கிற கதையைக் கேட்டா அதிர்ச்சிதானே வரும். நான் தடுமாறிக்கொண்டு நிற்கத் தம்பி வந்துவிட்டான்.

‘தகப்பனைப் பார்த்து, உங்களையல்லோ வெளியிலை வரவேண்டாம் என்று சொன்னனான்’ எண்டு பேய்போலக் கத்தி, ஆளை உள்ளுக்கை இழுத்துக்கொண்டு போனான். அதுக்கிடையில் பெரியம்மா ஓடிவந்தவ, என்னைக் கண்டவுடன, விக்கிவிக்கி அழத் தொடங்கினா. உள்ளுக்கை வாங்கோ எண்டு ஞானசவுந்தரம் என்னை வீட்டுக்குள்ள கூட்டிக்கொண்டு போனான்.

பெரியப்பாவைக் கதிரையில இருக்க வைச்சிட்டு ஒரு போர்வையால அவரைப் போர்த்தினா பெரியம்மா. பிறகு என்னட்ட வந்து என்னைக் கொஞ்சினவ, எனக்குப் பக்கத்தில இருந்தா.

பெரியப்பாவைப் பார்த்து என்னைக் காட்டி 'ஆரண்டு தெரியுதோ? இவரை ஆரண்டு தெரியுதோ?' எண்டு பெரியம்மா கேட்க, அவர் என்னை வெறித்துப் பார்த்தபடியிருந்தார்.

அவற்ரை வாயால நீர் ஒழுக, பெரியம்மா துடைச்சுக் கொண்டிருந்தா.

ஊரில, வயல் காணிகள் என்ன, தோட்டக் காணிகள் என்ன, போட்டிக்கோவுட சேர்ந்த ஆறு அறை வீடென்ன ... எவ்வளவு வசதியாக வாழ்ந்தவர் பெரியப்பா. 'எந்த நேரமும் வெள்ளை வேட்டி சட்டையோடுதான் திரிவார். படுக்கேக்கைகூட வெள்ளை வேட்டிசால்வையை மாத்தமாட்டார்' எண்டு பெரியம்மா புறுபுறுக்கிறது எனக்குத் தெரியும்.

'பெரியப்பாவுக்கு மாறாட்ட நோய் பிடிச்சு இரண்டு வருசம். எப்போதாவதுதான் அவர் இந்த உலகத்தில் இருப்பார். மற்றும்படி நினைவு தெளிவில்லாத வாழ்க்கைதான்' எண்டு சொன்ன பெரியம்மா அழுதா.

'வீட்டிலை பெரியம்மா, பெரியப்பா, தம்பியைத் தவிர வேறு யாரையும் காணேல்ல. தம்பி கல்யாணம் முடிச்சது எனக்குத் தெரியும். பிள்ளையளும் இருக்கு எண்டு அறிஞ்சனான். வாய்விட்டுக் கேக்கவும் சங்கடமாயிருந்துது. பெரியம்மாவைப் பார்த்துக்கொண்டே அமைதியாக இருந்தன்.

'தம்பி ஞானசவுந்தரம் உடுப்பை மாத்திப்போட்டு எனக்கு முன்னால வந்து இருந்தான். பெரியம்மா தேத்தண்ணி போடப் போறன் எண்டிட்டு குசுனிக்குள்ள போனா.

'அண்ணை, எங்களையெல்லாம் நீங்கள் மறந்து போனியள். நான் தனிச்சுப் போனன் அண்ணன்' எண்டு உருக்கமாகச் சொன்னான். 'அப்பா அம்மாவைப் பார்த்துக்கொண்டு இந்த நாட்டில வாழுறது பெரிய போராட்டம் அண்ண. அப்பாவுக்கு இந்த வருத்தம் வந்த நாள் தொடக்கம் எனக்கும் என்ரை மனுசிக்கும் ஏகப்பட்ட பிரச்சினை அண்ணன். கொஞ்சம் அமைதியா இருந்திட்டுச் சொன்னான்.

'நடு வீட்டில, ஒண்டுக்கு, இரண்டுக்குப் போனால் ஆர்தான் சண்டை பிடிக்கமாட்டினம்' எண்டு தனக்குத்தானே சொல்லுற மாதிரிச் சொன்னான். கேட்கிறது சரியில்லை எண்டு தெரிஞ் சாலும், 'உன்ர மனிசி பிள்ளையள் எங்க?' எண்டு வாய்விட்டுக் கேட்டன்.

'அவை என்னை விட்டிட்டுப் போயிட்டினம். அவவின்ரை தமையன் வீட்டில் இருக்கினம்' என்று சுருக்கமாகச் சொன்னான். அதுக்குமேல அவனும் சொல்லேல்ல; நானும் கேக்கேல்ல.

'கொஞ்ச நேரம் அமைதியா இருந்திட்டுப் பிறகு அவனே சொன்னான்.

'கொப்பர் கொம்மாவை ஊருக்கு அனுப்பிப்போட்டு வந்து என்னைக் கூட்டிக்கொண்டு போ, அதை நீ செய்யேல்லையெண்டால் பிரிஞ்சது பிரிஞ்சதுதான் எண்டு ஒரு ஈமெயிலை அனுப்பிப்போட்டுக் குடும்பம் எண்ட கதைய முடிச்சிட்டா.'

'இஞ்சை எங்கையாவது முதியோர் இல்லத்தில, பெரியப்பாவைவிட இயலாதோ' எண்டு நான் சொல்ல, 'அதெல்லாம் நூறு கட்டைக்கங்கால இருக்கு. அதுக்கும் அம்மாவுக்கு விருப்பம் இல்லை. 'நான் செத்த பிறகு கொண்டு போய் எங்கையும் விடு. இல்லாட்டி, இரண்டு பேருக்கும் நஞ்சைத் தந்து சாக்காட்டிப் போட்டு, உன்ர மனிசியக் கூட்டிக்கொண்டு வந்திரு,' எண்டா.

'பெரியம்மா தேத்தண்ணியோடை வந்தா.

'தேத்தண்ணிய கையில தந்துபோட்டு, 'நீ எல்லாம் எங்களை மறந்துவிட்டாய்' எண்டு சொல்லிப் பக்கத்திலயிருந்து அழத்தொடங்கினா.

'பெரியம்மா நான் என்ன செய்யறது? காத்திலை அலையிற பஞ்சுகள் மாதிரி, ஊர்ஊராய், தேசம்தேசமாய்ப் பிரிஞ்சு அலைஞ்சு திரியுறம். நான் கனடாவுக்குப் போயிருக்கக் கூடாது. அப்படிப் போயிருந்தாலும் கல்யாணம் முடிச்சிருக்கக் கூடாது.

'நீங்கள் இங்க வந்திட்டியள் எண்டு அறிஞ்சு, உங்களத்தேடி போன் எடுத்தன். அப்ப பெரியப்பா, 'நீதானடா ஞானசீலனை இயக்கத்துக்குக் கூட்டிக்கொண்டு போனனி' எண்டு சத்தம் வைச்சார். உண்மையிலை பெரியம்மா, அவனாலைதான் நான் இயக்கத்துக்குப் போனேன் எண்டு நான் என்ர நியாயத்தைச் சொல்லத் தொடங்க, இடைமறிச்ச ஞானசவுந்தரம், 'அந்தக் கதைகளை விடுங்கோ அண்ண, இந்த இயக்கங்களாலை மக்களுக்கு கிடைத்த ஒரு நன்மையை சொல்லுங்கோ' பாப்பம் எண்டான்.

'படிப்பில்லா மடையன்கள் எண்டு அவன் ஏதோ சொல்ல வாயெடுக்க, எனக்குக் கோபம் வந்திட்டுது.

'அப்படிச் சொல்லமுடியாது தம்பி. சண்டையை ஏதோ நாங்கள் விரும்பித் தெரிவு செய்த மாதிரிக் கதையாதை. காலங்காலமாய்த் தமிழர்கள் அடக்கப்பட்டதுக்கு எதிராகத்தான்

செல்வம் அருளானந்தம்

பெடியங்கள் வெளிக்கிட்டாங்கள். அதை எப்பிடிப் பிழை எண்டு சொல்லேலும்? எண்டு கொஞ்சமா உணர்ச்சிவசப்பட்ட நான்...

'உன்னைப் பத்தியும் இங்க ஒருமாதிரிக் கதைக்கினம். இங்க ஒரு உண்மையான அகதியும் இல்ல. எல்லாரும் கள்ளர்' எண்டு நீ சொன்னனியாம். அதைக் கேக்க எனக்கு ஆத்திரம் வந்தது. தம்பி, தம்பி நீ கொஞ்சம் நேரத்தோட இங்க வந்து படிச்சு நல்லாய் இருக்கிறபடியால் இப்படிக் கதைக்கிறாய். இப்படி வெளிநாடுகள் எங்களை ஏற்றுக்கொள்ளாவிட்டால் அரைவாசித் தமிழர் அழிந்துபோயிருப்போம். ஒரு உதாரணத்துக்கு சொல்லுறன் கேள் தம்பி.

'நான் இயக்கத்தைவிட்டு வீட்டை ஓடிவந்து, என்ன செய்யிறது எண்டு தெரியாமல் நிற்கேக்க, நீ எனக்குக் காசு அனுப்பி எங்கையாவது வெளியிலை போ எண்டு சொன்னபடியாலைதான் நான் இப்ப உயிரோட இருக்கிறன். இல்லாட்டி இந்திய ஆமி வந்த காலத்தில என்னால தப்பியிருக்கேலாது. எதையும் நான் மறக்கேல்லையடா எண்டு அவன வாஞ்சையோட கட்டிப் பிடிச்சன்.

'ஞானசவுந்தரம் எனக்குப் பதில் சொல்ல வெளிக்கிடேல்ல. தன்ர துயரத்தைக் கொட்டினான்.

'நீங்கள் எல்லாம் எங்களைக் கைவிட்டுப் போயிட்டியள். நான் படுகிற பாடு தெரியுமோ? ஒருத்தன் ஆமியிட்டைச் சுடுபட்டுச் செத்தான், மற்றவன் இந்தா ஆமியைப் பழிவாங்கப் போகிறேன் எண்டு வெளிக்கிட்டு அடிபட்டுச் செத்தான். ஒண்டுவிட்ட சகோதரங்களாய் நீங்களும் வேறவேற நாடுகளுக்குப் போய்ச் சேர்ந்திட்டிங்கள். இங்க, அப்பாவுக்கும் நினைவு தவறிப்போக, நான் தனியனா மாட்டுப்பட்டுப் போனன். அப்பா அம்மாவை விட்டுக்கொடுக்க ஏலாமல், குடும்பத்தையும் துலைச்சுப்போட்டு நிக்கிறன்' எண்டான்.

இவ்வளவு நேரமும் தொடர்ச்சியாக் கதையச் சொன்னவர். இடைவெளி விட்டிட்டு என்னப் பார்த்தார்.

'இந்தக் கதைய நான் உங்களுக்குச் சொல்லத் தொடங்கேக்க, நீங்கள் சொன்ன,

கான் ஆள நிலமகளைக் கைவிட்டுப்
போனானைக் காத்துப் பின்பு
போனானும் ஒரு தம்பி போனவன்
தான் வரும் அவதி போயிற்று என்னா
ஆனாத உயிர்விட என்று அமைவானும்

ஒரு தம்பி அயலே நாணாது
யானாம் இவ்அரசு ஆள்வென் என்னே
இவ்வரசாட்சி இனிதே அம்மா

எண்ட கம்பன்ர பாட்டு, ஞாபகத்துக்கு வந்ததுக்குக் காரணம் இதுதான் எண்டார்.

கதை சுவரசியமாய் இருந்தது எண்டாலும் எனக்கு ஒரு களைப்புத் தெரிஞ்சுது. அசதியாயும் இருந்துது. நித்திரை எட்டிப் பார்க்கத் தொடங்கிட்டுது.

அவர் என்னை உற்றுப்பார்த்தார்.

'அண்ணை, களைச்சுப் போனீங்கள்போலக் கிடக்கு, உங்களுக்குக் களிசான் லூசா கீழே இறங்கேக்கேயே எனக்கு விளங்கிட்டுது.

'நீங்கள் கனடாவிலை அப்பப்ப எழுதிற ஆள். முடிஞ்சா இந்தக் கதையையும் ஏதோ ஒரு மாதிரி எழுதுங்கோ. எழுத்துகள் கனக்கக் காலத்துக்கு நிக்குமாம்.

'யுத்தம் எண்டா என்ன? விடுதலை போராட்டம் என்றால் என்ன? எண்டுறதை அடுத்த தலைமுறை அறியிற மாதிரி எழுதுங்கோ அண்ணை' எண்டு சொல்லவும் என்ர கண்கள் மெல்லச் செருகிக்கொண்டு போகவும் சரியா இருந்துது.

பொய்யும் பழங்கதையும்

போன மாதம் இஞ்ச நடந்த ஒரு புத்தக வெளியீட்டு விழாவில, சண்முகநாதன் எண்ட நண்பனை நீண்டகாலத்துக்குப் பிறகு கண்டேன். அவர் இப்படியான கூட்டங்களுக்கோ பொது வேலைகளுக்கோ, இந்த நாட்களில வரக்கூடிய ஆளில்லை.

ஒரு அதிசயத்தோடதான் கேட்டன்: 'என்ன திடீரெண்டு இலக்கியப் பக்கம்?'

'எனக்கு இதிலயெல்லாம் அக்கறையில்ல, புத்தகம் எழுதினவர் என்ர ஒன்றுவிட்ட அண்ணர். போன மாசமும் என்ர மகளின்ர சாமத்திய வீட்டுக்கு வந்து, முன்னிண்டு எல்லாம் செஞ்சு 200 டொலர்

மொய்யும் எழுதினவர். அதாலதான் வரவேண்டியதாப் போச்சு' எண்டு உண்மையைச் சொன்னார்.

சொன்னவர் என்னை வடிவாப் பாத்திட்டு, 'ஏன்ரா நீயெல்லாம் இலக்கியக் கூட்டத்துக்கு வந்தனியோ எண்டு நக்கல் நையாண்டியாகக் கேக்கப் போறியோ எண்டு நினைச்சன்,' எண்டார்.

'சேச்சே உன்னை ஏன்ரா நையாண்டி செய்யப் போறன்? புத்தகத்தை வெளியிடுகிறவரே முதன்முதலாகத்தான் இந்த வெளியீட்டு விழாவுக்கு வந்திருக்கிறார்' எண்டன்.

சண்முகநாதன் ஏகாந்தமா ஒரு சிரிப்புச் சிரிச்சான்.

'அது சரி, 100, 200 டொலர் குடுத்து இந்தப் புத்தகத்தை வேண்டப் போறாய். அதைக் கொண்டுபோய் என்ன செய்யப் போகிறாய்' எண்டு யதார்த்தமாய்க் கேட்டேன்.

'உண்மைதான்ரா நான் அதைக் கொண்டுபோய் என்ன செய்யப் போறன்? கண்டதையும் கொண்டுவந்து வீட்டை நிறப்பாதையுங்கோ எண்டு மனிசியும் சத்தம் போடும். புத்தகத்தை உன்னட்ட தந்திட்டுப் போறன். கொண்டுபோய் ஏதாவது செய்' எண்டு சொன்னவன், 'சரி மச்சான், அங்கால நாலு தெரிஞ்ச சனம் நிக்குது, கதைக்காட்டா அது வேற கதையாப் போயிடும். போகேக்க மறக்காமல் சந்தி' எண்டு சொல்லிப் போட்டு, அங்கால போயிட்டான்.

ஒலிவாங்கி குற்றுயிரும் குலையுயிருமாப் போறவரைக்கும் ஆராரோவெல்லாமோ பேசி முடியவும் கூட்டம் முடிஞ்சபாடாத் தெரியேல்ல.

கையில புத்தகத்தோட சண்முகநாதன் என்னைத் தேடி வந்தான். 'வாவன்ரா ரிம் கோட்டனுக்கு போய் ஒரு கோப்பி குடிப்பம்' எண்டு கேட்டான்.

ஒரு காலத்தில சண்முகநாதன் என்ர நெருக்கமான நட்பு வட்டத்தில இருந்தவன். நாங்கள் அவனைச் 'சண்' எண்டுதான் கூப்பிடுவம். இங்க நாங்கள் சனநாயகத்துக்கான ஒரு அமைப்புத் தொடங்கிய அந்தக்காலத்தில சாடையா ஆதரவும் தந்தவன். புத்தகம், நாடகம், கூத்து எண்டு எங்கட 'பனிக் குணம்' நாளுக்கு நாள் கூடிக்கொண்டுபோக சண் மெல்ல விலகிப் போயிட்டான். பிறகு வீடுகளும் மாறிமாறித் தூரமாவே போயிட்டான்.

பழகிறத்துக்கு இனிமையா இருப்பான். ஆரையும் காயப்படுத்தாமக் கதைப்பான். கொஞ்சமும் நஞ்சு கலவாத நட்பு

இவனிட்ட இருக்கும். இப்ப கண்ட இடத்தில்தான் கதைக்கிறது எண்டாலும் எங்கட நட்பில கீறல்கள் எதுவும் இல்ல.

ரிம்கோட்டனில கோப்பி குடிக்கேக்க, 'எப்படியடப்பா இருக்கிறாய், எனக் கதையைத் தொடங்கினான். நான் என்ர கதையளைச் சொல்லி, பிள்ளையளைப் பத்தியும் சொல்லி, 'உன்ர பாடு எப்பிடி?, பிள்ளையள் என்ன செய்யினம்?' எண்டு கேட்டன்.

சண் கொஞ்சம் யோசிச்சான். 'பிள்ளைய நினைச்சால் கவலையா இருக்கு' எண்டு சொல்லிப் பெருமூச்சுவிட்டான்.

'ஏன்ரா என்ன பிரச்சினை?' எண்டன்.

'பொய் சொல்லுதுகள் இல்லை. எப்படி இந்த நாட்டிலை வாழப் போகுதுகளோ தெரியேல்லை. ஒரு தந்திரம், சின்ன சுத்துமாத்து, அப்பப்ப தில்லுமுல்லு இல்லாமல் என்னன்டடா இந்தக் கனடாவிலை நல்லாய் வாறது? நான் என்ரை பிள்ளையளை மாத்திரம் சொல்லேல்ல இஞ்சை பிறந்து வளர்கிற எங்கடை எல்லாப் பிள்ளைகளையுந்தான் சொல்லுறன். பிள்ளைகள் குளப்படியள் செய்யலாம். சண்டையள் பிடிக்கலாம். ஆனால், அப்பாவியாயல்லே இருக்குதுகள். நாங்கள் இல்லாத காலத்திலை, சரியாய் கஸ்ரப்படப் போகுதுகள். நாங்கள் சேத்துவைக்கிற கொஞ்சத்தையும் ஆரிட்டையும் பறிகுடுத்திட்டு, எல்லாத்தையும் இழந்துபோயிடுங்களோ எண்டு பயமா இருக்கு. மற்றவையோடை போட்டிபோட்டு முன்னுக்கு வரவேணும் என்றால் 'ஸ்மாட்' வேணும் அல்லோ', என்றான்

'நீ, 'ஸ்மாட்' என்று சொல்லுறது பொய்யையும் தந்திரத்தையும்தானே' என்றேன்.

அவன் கோபித்து 'உனக்கு இத்தனை வயது வந்தும், கஸ்ரங்கள் பட்டும் மாறமாட்டாயோ' என்றான்.

அப்ப, 'நான் பொய் சொல்லமாட்டேன், சுத்துமாத்து விடமாட்டேன் என நினைக்கிறியோ' என்றேன்.

'உன்னைப்பற்றித் தெரியும் சரி அதை விடடா எனக்குப் போன மாதம்கூட ஒரு பிரச்சினை வீட்டிலை பெரிய சண்டை.'

என்னையறியாமலே விரிஞ்ச என்ர கண்களால கதை கேட்கிற ஆவல் வெளிப்பட, சண் கதையைத் தொடர்ந்தான்.

'என்ரை சின்னவன் யூனிவேசிற்றிக்குப் போய்வந்தவன். திடீரென்று நான் படிக்கமாட்டன் எண்டு நின்டிட்டான். தாய்க்காரியும் காளி வேசம் போட்டுப் பார்த்தாள். அவன்

மசியமாட்டன் எண்டிட்டான். நான் மனிசியிட்டச் சொன்னன். பிள்ளையைப் பெரிசாய் வருத்தாத இஞ்சை நடக்கிற விசயங்கள் எல்லாம் தெரியும்தானே எங்களுக்குப் பிள்ளைதான் முக்கியம்.

'இதுக்குப் பிறகு மனிசி கொஞ்சம் பயந்து அடங்கிட்டா. ஆனா மகனை, வேறமாதிரிக் கையாளத் தொடங்கினா ...

'சரி நீ யூனிவேசிற்றிக்கு போகாட்டாப் பறவாயில்லை. இதை யாருக்கும் சொல்லாத. நாலுபேர் என்ன நினைப்பாங்கள் எண்டா. வேறை வழியில்லாம நானும் அவவுக்கு ஒத்து ஊதினன். அவனும் விட்டாக்காணும் எண்டு, தலையாட்டிப் போட்டு, முதலில் செய்த வேலை சிறியதாய்க்குப் போன் பண்ணி 'சித்தி நான் யுனிவேசிற்றியை விட்டுவிட்டு வீட்டிலை சும்மாதான் நிற்கிறன்' எண்டு சிறையால விடுபட்டு வந்தவன் மாதிரித் தன்ர சந்தோசத்தைச் சொல்லியிருக்கிறான்.

'பிறகென்ன? வாட்ஸ்அப்பில போட்ட மாதிரி, விசயம் எல்லா இடமும் பரவ, சொந்தக்காரங்கள் இரண்டுமூன்றுபேர் வீட்டை துக்கம் விசாரிக்க வந்திட்டாங்கள். பெரிய அவமானமாய் போச்சுது' எண்டு சொல்லிப்போட்டு, கோப்பியில இரண்டு மிடர் குடிச்சான்.

நான் ஒண்டும் கதைக்கேல்ல.

திருப்பியும் சண்தான் தொடங்கினான். கதை இப்ப சமூகத்தைச் சுத்தி வந்தது.

'நாங்கள் இஞ்சை வெறும் கையோடை வந்து கொஞ்ச நாளிலை ஒரு வசதியுள்ள சமூகமாய் மாறிட்டம். அதுக்கு எங்கடை கடும் உழைப்பு மட்டும் காரணமில்ல. எங்களிட்ட இருக்கிற ஸ்மாட்டும்தான் காரணம். எங்க இல்லையெண்டு சொல்லு பாப்பம்.'

நான் பதில் ஏதும் சொல்லாம ஒரு நக்கல் சிரிப்பு சிரிச்சன்.

'ஏடேய் உனக்கு நக்கலாய் இருக்கலாம். இந்த உண்மைய நீ மறுக்கேலாது. உதாரணத்துக்கு என்ர கதையச் சொல்லுறன், கேள்' எண்டவன், 'என்ர கதையக் கேக்க நேரம் இருக்கோ? இன்னொரு கோப்பி வாங்கட்டே' எண்டு என்னைப் பாத்துக் கேட்டான்.

'வீட்டை போய் என்னத்தைச் செய்யிறது? எனக்கு நேரம் இருக்கு' எண்டு நான் சொல்ல, உற்சாகமாய்த் தொடங்கினான் சண்.

'நான் இங்க இரண்டு வீடும் ஒரு அப்பாட்மெண்டும் வைச்சிருக்கிறன். இஞ்சை யாரையும் சுத்தி அதுகள வாங்கினனான்

எண்டு நினைச்சுப் போடாதை. ஆனால், ஊரிலையிருந்து வெளிக்கிடக்கேயே அப்பரைச் சுத்தித்தான் வெளிக்கிட்டனான்' எண்டு சொல்லிப்போட்டுச் சிரிச்சான்.

'முந்தி உனக்கு என்னபற்றி ஒன்றும் சொல்லேல்ல. அப்ப, நீ எந்த ஊர், நான் எந்த ஊர், ஆர் ஆர் என்ன சாதி எண்டு கேட்டுக்கொள்ளாமலேயே நாங்கள் பழகியிருந்த காலம். பொதுப் பிரச்சினையள் தவிர, தனிப்பட்ட பிரச்சினையள நாங்கள் கதைச்சதில்ல.'

'அதை விடடா அப்பரைச் சுத்தின கதையச் சொல்லு' எண்டு நான் கதையத் திருப்பிவிட்டன்.

'நான், அக்கா. குடும்பத்தில இரண்டு பிள்ளையள்தான். இராணுவ நெருக்கடி தொடங்கிப் பிறகு இயக்க நெருக்கடிகளும் பெருகிய காலம் அது. எனக்குத் தெரிஞ்ச கொஞ்சப்பேர் வெளிநாடுகளுக்குப் போயிட்டாங்கள். நானும் ஒருநாள் அப்பரிட்டப் போய், 'அப்பா நான் வெளிநாட்டுக்குப் போகப்போறேன், காசு தாங்கோ' எண்டன். அப்பா சம்மதிக்கேல்ல. எவ்வளவோ கெஞ்சியும் ஆமியிட்ட பெடியள் பிடிபட்ட கதையளச் சொல்லியும் அவர் பிடிவாதமா மறுத்துப்போட்டார்.

'இந்தப் பெடியங்களின்ரை சேட்டை கொஞ்ச நாளைக்குத்தான். அரசாங்கமும் கொஞ்ச நாளிலை எல்லாத்தையும் அடக்கிப்போடும். நீ சும்மா வீட்டிலை கிட, இருக்கிற ஒரு ஆண்பிள்ளையும் வெளிநாட்டுக்கு அனுப்பிப் போட்டு நாங்கள் என்ன செய்யிறது?

'கொத்தானும் கொக்காவை ஜேர்மனிக்குக் கூப்பிடப் போறானாம். இவ்வளவு காணி பூமியையும் ஆர் பாக்கிறது? ஒண்டுக்கு இரண்டு வீடு கிடக்கு. அதைவிட வயதான காலத்தில என்னையும் கொம்மாவையும் யார் கவனிக்கிறது? உனக்கு இன்னும் வயது வரேல்லை. பக்குவமும் காணாது. உன்ர மாமா தன்ர மகளை உனக்குக் கட்டித் தாறதுக்கு நாட்கள எண்ணிக்கொண்டு திரியுறார். போய் உள்ளூருக்குள்ள உருப்படுற வேலையப் பார்' எண்டு சொன்னார் அப்பர்.

'நானும் விடேல்ல. அப்பரோடை மோதிக்கொண்டே இருந்தன். நண்பர்மார் கனபேர் வெளியிலை போய்க்கொண்டே யிருந்தாங்கள். இதையும் அப்பரிட்ட சொல்லிப் பாத்தன்.

'ஓமடா இவ்வளவு பணம் செலவழிச்சு அங்க போய் இவை என்ன செய்யினம்? ஆரோ சாப்பிட்ட கோப்பை கழுவுறது நிலம் துடைக்கிறது இதுதானே. பேப்பரிலதானே எல்லாம்

வருகுது,' எண்டு எதிர் நியாயம் கதைச்சாரே தவிர மனிசன் மசியவேயில்ல. கடையில அம்மா அப்பாவுக்கு ஒரு யோசனை சொன்னா.

'அவனோட நெடுகச் சண்டை பிடிக்காமல், அவனுக்கு டிரக்ரர் வாங்கிக் குடுங்கோ. எங்கட வயல் வேலையளையும் பாத்து, 'அயருக்கு'ம் போனால் அவனுக்கும் பொழுது போகும், காசும் வரும்' எண்டா.

'அம்மா சொல்லி மூண்டாவது கிழமை, அப்பர் புது டிரக்ரரோட வீட்டை வந்தார். எனக்குக் கொஞ்சநாள் சந்தோசமாத்தான் இருந்துது. வேலையில்லாத நாளிலை இரண்டொரு நண்பர்களோட டிரக்ரரிலை சுத்திக்கொண்டு திரியிறதும் பெட்டையளைக் கலைக்கிறதும் மகிழ்ச்சியாத்தான் இருந்துது. நாட்டுப் பிரச்சினை இறுகிக்கொண்டே போச்சுது. இயக்கங்களின்ர கெடுபிடியளும் கூடிச்சுது. புது டிரக்ரரோடை திரியிறது இராணுவத்தைவிட, இயக்கங்களுக்கு எரிச்சலைக் குடுக்கும் எண்ட பயம் எனக்கும் இருந்துது.

'அப்பரிட்டை ஒருநாள் சொன்னன். கட்டாயமா எனக்கு இயக்கங்களாலை பிரச்சினை வரும். இரண்டு மூண்டு தரம் டிரக்ரரைக் கேட்டவங்கள், நான் குடுக்கேல்ல. என்ன நடக்குமோ தெரியாது' எண்டன்.

'சும்மாயிருடா புலியிலை இஞ்சை 'பெரிசா' இருக்கிறவன், என்ரை பிரெண்டுன்ரை மகன்தான். ஈபியாறிலை பொறுப்பாயிருக்கிறவன் எங்களுக்குத் தூரத்திலை சொந்தம்' எண்டு அப்பா ஒவ்வொரு இயக்கமாச் சொல்லி, 'எல்லா இயக்கத்திலையும் ஆள் இருக்கு, ஏதாவது பிரச்சினை எண்டால் அவங்களோட வாதிடாதை. என்னட்டச் சொல்லு. நான் பாக்கிறன். இதெல்லாம் கனகாலத்துக்கு இல்ல. இந்தியா எல்லாத்தையும் கெதியா முடிச்சு வைச்சிடும்' எண்டு எனக்கு வகுப்பெடுத்துப் போட்டு தன்ர வேலையப் பாக்கப் போயிட்டார்.

'அப்பத்தான் என்னோடை டிரக்ரரில ஒண்டாச் சுத்திற நண்பன் என்னட்ட வந்து, 'மச்சான் பெரிய சண்டையள் வரப்போகுது, நான் மாறப்போறன். அண்ணன் உடனே பிரான்சுக்கு வா எண்டுறான். காசும் அனுப்பிட்டான். ஏஜன்சிக்காரன் கூப்பிட்டவுடன நான் கொழும்புக்குப் போயிருவன்' எண்டான்.

'எனக்குப் பெரிய கவலை. சுத்தியிருக்கிறவங்கள் எல்லாரும் போறாங்கள். அப்பரோ அசையிறாரில்ல. என்ர நிலைய விளங்கி,

நண்பனும் கவலைப்பட்டான். 'கொப்பற்ரை கதையை விட்டிட்டு நீயும் வெளிக்கிடப் பார்' எண்டான்.

'நான் என்னடா செய்யிறது? எனக்கு இஞ்சை இருக்க விருப்பம் இல்ல ஏதாவது ஒண்டிலை மாட்டுப்பட்டுச் செத்துப் போடுவனோ எண்டு பயமாவும் இருக்கு, எண்டு நான் சொல்ல, 'ஒண்டுக்கும் யோசிக்காதை' எண்டுட்டுப் போயிற்றான். அவன் அடுத்த நாள் கொஞ்சம் சீரியஸா என்னைப் பாக்கவந்தான்.

'மச்சான் நான் உன்னைப்பத்தி என்ர ஏஜென்சியோட கதைச்சன். நல்ல மனிசன். உன்ர பிரச்சினையை கரிசனையோடு கேட்டார். அவர் ஒரு ஐடியா சொன்னார். உந்த டிரக்ரர் உன்ரை பெயரிலைதானே இருக்கு. அதை உடனே ஒரு ஆளுக்குக் கொடுக்கலாமாம். அந்தக் காசு காணுமாம் பிரான்சுக்கு நீ போறத்துக்கு. நீ ரெடியெண்டால் ஒரு கிழமைக்குள்ள உன்னை பரிசிலை நிக்கப்பண்ணுவாராம்.' எனக்கு ஏதோ வழி பிறந்திட்ட மாதிரித் தெரிஞ்சுது. அடுத்த நாளே சந்தியில வந்து டிரக்ரர் வாங்க வந்தவரிட்ட டிரக்ரரையும் புத்தகத்தையும் குடுத்திட்டுக் காசை வாங்கி, நண்பனிட்டக் குடுத்திட்டு, வீட்டுக்கு அழுதுகொண்டு போனன்.

'அம்மா குளறிக்கொண்டு 'என்ன ராசா என்ன ராசா' எண்டு கேட்க, 'புலிப் பெடியங்கள் டிரக்ரரை பறிச்சுச்கொண்டு போயிட்டாங்கள் ... அப்பா எங்கையம்மா?' எண்டு கேட்டு அழுதன். அழுகை நல்லா வந்தது.

'அப்பா ஏதோ அலுவலா யாழ்ப்பாணம் ரவுணுக்குப் போயிட்டார்' எண்டு அம்மா சொல்ல,

'அம்மா இவங்கள் டிரக்ரரை கிளிநொச்சிக்குத்தான் கொண்டு போயிருக்க வேணும். நான் இப்ப கிளிநொச்சிக்குப் போறன் ஆரையும் பிடிச்சு டிரக்ரரோடதான் வருவன் எண்டன்.

'அம்மா குழப்பத்தில நிண்டா. 'அம்மா நான் திருப்பி வருமட்டும் இதை ஒருத்தருக்கும் சொல்ல வேண்டாம். அப்பாவிட்டை சொல்லுங்கோ, இயக்கங்களிட்டப்போய் ஒன்றும் குழப்ப வேண்டாமெண்டு. நான் டிரக்ரரோட இரண்டு மூன்று நாளில் வந்திடுவேன்' எண்டு சொல்லிப்போட்டு, நண்பன் சொன்ன சில சாமான்களோட கொழும்புக்கு ரயில் ஏறிட்டன்.

ஏஜென்சி சொன்னமாதிரி என்னையும் நண்பனையும் ஒரு கிழமையில பரிஸுக்கு அனுப்பிப்போட்டார். அப்பா என்னைத் தேடித் திரிஞ்சு தவிக்கப் போறார் எண்டு எனக்குத் தெரியும். வந்தவுடன போன் எடுத்தன்.

‘இந்த ஒரு கிழமைக்குள்ள அப்பா புலிப் பெடியளிட்டப் போய்ச் சண்டை பிடிச்சிருக்கிறார். அவங்கள் இதை நாங்கள் செய்யேல்ல எண்டு சொன்னதுமில்லாமல், நான் டிரக்ரர் வித்தவரைக் கண்டுபிடிச்சு, அவரை வெருட்டி, டிரக்ரரை வாங்கி அப்பாட்டைக் குடுத்திட்டாங்கள். பிறகு டிரக்ரரை வாங்கினவருக்கு நான் பரிஸிலை உழைச்சுக் காசு அனுப்பினனான்.

‘அப்பர் அந்த டிரக்ரரை வீட்டுக் கராஜ்குள்ள விட்டிட்டு நாலு பக்கமும் சுவரை எழுப்பிட்டார். கோவத்தில என்னோடையும் கதைக்கிறதில்ல. பிறகு ஆமியின்ர ஏதோவொரு இலக்குத் தெரியாத சூடுபட்டு அப்பாவும் செத்துப்போனார். அம்மாவும் ஜெர்மனிக்கு அக்காட்டப் போயிட்டா. நான் கனகாலத்துக்குப் பிறகு ஊருக்குப் போன நேரம் சுவரை உடைச்சு ட்ரக்டரைப் பார்த்தன். உக்கி விழுந்து கிடந்தது.’

இவ்வளவத்தையும் சொல்லிப்போட்டு முகத்தைக் கவிழ்த்துக் கீழ பாத்தான்.

‘பொய் சொல்லிக் களவு செய்தபடியால் இண்டைக்கு நீ நல்லாயிருக்கிறீர் எண்டு சொல்ல வாறீரோ’ எண்டு நான் இரக்கமில்லாமல் சொல்லிட்டு அவன்ர முகத்தைப் பார்த்தன்.

குனிஞ்ச தலைய நிமித்தினான். முகத்தில கண்ணீர் வழிஞ்சு ஓடிச்சுது.

எனக்குப் பெருத்த குற்ற உணர்வு. ‘மச்சான் நான் ஏதாவது பிழையாச் சொல்லிப் போட்டனோ சொரி மச்சான்’ என்றான்.

‘இல்லடா... உன்ர வாய் எனக்குத் தெரியுந்தானே... அதில்ல அப்பரை நினைச்சன் அதுதான் கொஞ்சம் கலங்கிட்டன்’ எண்டான்.

பிழையளச் சரி எண்டு நினைச்சுக்கொண்டு செய்தாலும் அது எங்கேயோ ஓரிடத்தில உறுத்துறதைத் தவிர்க்கிறது கஸ்டந்தான்.

சடங்கு

ஞாயிற்றுக்கிழமை எண்டால் கொஞ்சம் அதிக நேரம் தூங்குறதுதான் கிருபாகரன்ரை வழமை. ஆனா, இந்தக் கிழமை அது சரிவரேல்ல. ஏதோ ஒரு தமிழற்ரை விளையாட்டு நிகழ்ச்சிக்குத் தொண்டராகப் போக வேணும், கொண்டுபோய் விடுங்கோவெண்டு காலங்காத்தாலேயே மகள் எழுப்பிப்போட்டாள். அவளை விட்டிட்டுத் திரும்பிவர ஒண்டரை மணித்தியாலத்துக்கு மேல

போட்டுது. வந்த பிறகு, விட்ட நித்திரையப் பிடிக்கலா மெண்ட முயற்சியில ஒரு மணித்தியாலமாய்ப் படுக்கையில் உருண்டுகொண்டிருந்தார்.

அது மூண்டு தட்டு வீடு. இவர் மேல் தட்டிலதான் படுத்திருந்தார். நடுத்தட்டில ஏதோ அமளிதுமளி. வழக்கம்போலத் தன்ர அம்மாவுக்கும் மனிசிக்கும் வாற சண்டைதான் எண்டு நினைச்சுக் கொண்டு, 'பி கெயா புள்' தன்ர மனசுக்குள்ள உரத்த சத்தமாய்க் கத்தினார். அவை இரண்டு பேருக்கும் அவரால சொல்ல முடியாது எண்டதால, தனக்குதானே சொன்னார். சத்தம் வாய்க்குள்ளேயே செத்துப் போச்சுது.

எப்பிடித் தப்பிச்சாலும் முடிவு கிருபாவிலதான் வந்து நிக்கும். 'இவன் கிருபா குடுக்கிற இடம்' எண்டு அம்மா முடிப்பா. 'இந்த மனிசன் சரியா இருந்தால் இதெல்லாம் ஏன் நடக்கப் போகுது?' எண்டு மனிசி முடிக்கும்.

இவையிட்ட திட்டு வாங்கிறதை ஒத்திப்போட இப்ப இருக்கிற ஒரு வழி... ஆழ்ந்த நித்திரையில இருக்கிற மாதிரி நடிக்கிறதுதான் எண்டு புத்திசாலித்தனமா நினைச்சபடி, காதை மட்டும் கூரா வைச்சுக்கொண்டார். மெல்லிய குறட்டையும் வெளியில வந்தது.

திடீரெண்டு, 'டேய் கிருபா கீழ வாடா' எண்டா அம்மா. கொஞ்சமும் இடைவெளியில்லாம, மனிசியும் 'இஞ்சையப்பா கீழ கெதியா வாங்கோ' எண்டா. கிருபாவுக்கு இது வழக்கமான மோதல்களின்ர விளைவு மாதிரித் தெரியேல்ல. அவசரமாயும் வித்தியாசமாயும் இருந்தது. நடிப்பை முறிச்சுக்கொண்டு, எல்லாத்துக்கும் ஆயத்தமாத் தூக்கக் கலக்கத்தோட கீழே இறங்கினார்.

இரண்டு பேரிலையும் ஒரு பதற்றம் தெரிஞ்சுது. ஆனா வழக்கமான பதற்றமா இல்லை எண்டறது கிருபாவுக்கு விளங்கினதில கொஞ்சம் சந்தோசம். அவர் கிழிபடுறத்துக்கான வாய்ப்பு இனிக் குறைவு.

அம்மாவின்ர கையில, மகளின்ர உடுப்பு. 'டேய் கெதியா வெளிக்கிட்டுப் போய் மகளக் கூட்டிக்கொண்டு வா' எண்டா.

'இப்பத்தான் போன் பண்ணினவள். தான் வேலை முடிச்சுத்தான் வருவாளாம். பின்நேரம் அப்பாவை அனுப்பி விடுங்கோ எண்டாள். பதற்றமில்லாமக் கதைக்கிறாள். போய் வாய் பாத்துக்கொண்டு நில்லாமல் பிள்ளையக் கூட்டிக்கொண்டு நேர வீட்டுக்கு வாங்கோ' எண்டா மனிசி.

வழக்கமா கிருபா ரியூப் லைட்தான். எண்டாலும் அவையின்ர முகத்தில தெரிஞ்ச ஒரு பரவசத்தை வைச்சு விசயத்தை விளங்கி, அண்டைக்குத் தன்னையொரு கெட்டிக்காரனா காட்டிக்கொண்டார் கிருபா. இவற்ரை கெட்டிக்காரத்தனத்தை அவை கண்டுகொண்டதாத் தெரியேல்ல. இவரைத் துரத்திறதிலதான் அக்கறையா இருந்திச்சினம்.

கிருபாவுக்கு ஏகப்பட்ட சந்தோசம். அதுவும் அண்டைக்கு ஞாயிற்றுக்கிழமை. இவற்ரை சந்தோசத்துக்குக் குறுக்க வேலை, மனேச்சர் எண்டு ஆரும் இல்ல.

அவளுக்கு 15 வயசாயிட்டுது. சொந்தக்காரர் எல்லாம் சாமத்திய வீடு என்ன மாதிரி எண்டு, மூண்டு வருசத்துக்கு முதலே கேக்கத் தொடங்கியிருந்திச்சினம். கிருபாவின்ர மனிசிதான் பாவம். கனபேரைச் சமாளிக்க வேண்டியிருந்தது. 'நானும் பிந்தித்தான். அப்பிடித்தான் என்ர பிள்ளைக்குமிருக்கும்' எண்டு சமாளிச்சுக்கொண்டே வந்தா. கிருபாவின்ர மகளின்ர சாமத்திய வீடு பற்றிக் கனக்கக் கனவு கண்டுகொண்டிருந்தவ கிருபாவின்ர அம்மாதான். நாள் பிந்தப் பிந்த அவவின்ர கனவும் பெரிசாப் போய்க்கொண்டிருந்துது.

'அவள் என்ர ஒரேயொரு பேரப்பிள்ளை, நான் போறத்துக்குள்ள அவளின்ர கலியாணத்தைப் பாப்பனோ தெரியாது, ஆனா 'சாமத்தியச் சடங்கு' வீடு பெரிசாய்ச் செய்ய வேணும்' எண்டு சொல்லிக்கொண்டு, தனக்கு வாற காசில ஒரு பகுதியைச் சாமத்திய வீட்டுக்கெண்டே சேத்துக்கொண்டு வாறா. கிருபாவுக்கு இவள்தான் ஒரேயொரு பிள்ளை. அந்தக் குடும்பத்தில எல்லாரும் அவளுக்காக வாழுற மாதிரித்தான் எல்லாம் நடக்கும்.

சொந்தபந்தங்கள் நடத்திற பல கொண்டாட்டங்களுக்குக் கிருபா குடும்பம் போய்வரும். போனா கணிசமாக் காசுபணம் போட்டுட்டுத்தான் வரவேணும். ஆனா, கிருபா குடும்பம் பிள்ளையின்ர பிறந்தநாள் தவிர, வேறை எந்தக் கொண்டாட்டமும் செய்ததில்ல. இதால, இந்தச் சாமத்திய வீடு எல்லாருக்கும் ஒரு எதிர்பார்ப்பை உண்டாக்கும் எண்டு கிருபா நினைச்சுக்கொண்டார்.

கிருபாட்டையும் ஒரு அந்தரம், பதற்றம். இருக்காதா பின்ன. காரை விட்டிட்டு மகளைத்தேடி மைதானத்துக்குள்ள அவசரமா நடந்தார். காலையிலை வெட்டவெளியாய் இருந்த மைதானம் இப்ப தமிழ் வெளியாய் நிறைந்திருந்தது. மைதானம் முழுக்கச் சனம். இதில எங்கை போய் அவளத் தேடுறது?

சுடுதண்ணி குடிச்ச நாய் மாதிரி ஓடிக்கொண்டிருந்த ஒரு தொண்டரை மறிச்சு, பிள்ளையின்ர பேரைச் சொல்லிக் கேக்க, 'போய்க் பொறுப்பாளரைக் கேளுங்கோ' எண்டு குரைத்துவிட்டுத் தொடர்ந்து ஓடினார் தொண்டர்.

ஒருவழியா பொறுப்பாளரைக் கண்டுபிடிச்சு மகளை விசாரிக்க, 'இங்க கனபேர் நிக்கினம் எனக்கும் தெரியாது. சிலவேளை அங்க இருப்பினம்' எண்டு ஒரு கட்டடத்தைக் காட்டினார்.

அங்க போய்க் கேட்டா, அங்கையும் பொறுப்பான பதில் வரேல்ல. கொஞ்சம் கோபமும் பயமும்கூட கிருபாவுக்கு வந்தது. எப்பிடிருந்தாலும் மகளை வேகமாகக் கண்டுபிடிச்சாக வேணும்.

கழுத்தில விசிலும் கையில பேப்பருமா நிண்ட ஒருவரிட்டைப் போய் விசாரிக்க, 'நீங்கள் இந்த மைதானத்தை ஒண்டிரண்டு தடவை சுத்தி வந்தியள் எண்டால் எங்கையாவது ஒரு இடத்தில அவள் நிப்பாள், கண்டுபிடிச்சிடலாம்' எண்டு ஒரு அறிஞனுக்கான பெருமையோட சொன்னார். அவர் சொன்னதைவிட கிருபாவுக்கு வேறை வழி இல்ல. சுத்தத் தொடங்கினார்.

கிருபாவின்ர மகள் வயசுக்கு மிஞ்சின அறிவு கொண்டவள். அவளின்ர அன்புள்ளம் மிகப் பெரிசு. ஆனா தாயைவிடப் பத்து மடங்கு பிடிவாதக்காரி. இந்த நிலையிலையும் தொண்டு வேலையை விட்டிட்டுத் தன்னோட வருவாளோ எண்ட பயம் கிருபாவுக்கு இருந்தது. என்ன சொல்லி அவளக் கூட்டிக் கொண்டு போகலாம் எண்டு கிருபாவின்ர மனம் யோசிக்கத் தொடங்கிட்டுது.

மைதானத்தை ஒரு தடவை முழுசாச் சுத்தி நடந்து களைச்ச பிறகுதான் மகளின்ர நண்பி ஒருத்தி கண்ணில பட்டாள். அந்த நேரத்தில வரம் தாற தேவதை மாதிரி அவள் தெரிஞ்சாள்.

கிருபாவைக் கண்டவுடன, தன்ர வேலையை விட்டிட்டு, ஒரு கட்டடத்துக்கு அவரைக் கூட்டிக்கொண்டு போனாள்.

அங்க கிருபாவின்ர மகள், தன்ர பாட்டில ஏதோ வேலையச் செய்துகொண்டிருந்தாள். நடந்த சம்பவத்தின்ர பாதிப்புகள் எதையும் அவள் வெளிய காட்டேல்ல. காட்டமாட்டாள் எண்டுறது கிருபாவுக்குத் தெரிஞ்சிருந்துது.

தகப்பனைக் கண்டவுடன, 'ஏன் அப்பா? இந்தமாதிரி நிகழ்ச்சிகளுக்கெல்லாம் வரமாட்டியள்? இண்டைக்கு என்ன இந்தப் பக்கம்?' எண்டு சொல்லிச் சிரிச்சாள். அவர் வந்த காரணம் அவளுக்குத் தெரிஞ்சிருந்துது.

'நீ இப்ப வீட்டை வரவேணும் எண்டு சொல்லி, சத்தம் போட்டுக்கொண்டிருந்த அம்மம்மா மயங்கி விழுந்திட்டா. இப்ப கொஸ்பிட்டலில விட்டிருக்கு. முழிச்சவுடன உன்னைப் பாக்க வேணும் எண்டு அடம் பிடிச்சுக்கொண்டு நிக்கிறா. அவவுக்கு பயப்பிடுறமாதிரி ஒண்டும் இல்ல. 'சுகர்' பிரச்சினையா இருக்கும். நீ வரேல்லை எண்டால் மனிசி கரைச்சல் பண்ணும். கெதியா வா' எண்டார் கிருபா.

அதை நம்பிய மகள், கூட நிண்டவைக்குச் சொல்லிப் போட்டு, கவலையோட காரில ஏறினா. மைதானத்துக்குள்ள சுத்தினதில நேரம் மத்தியானத்துக்கு மேல போட்டுது.

கிருபா கார் ஓடிக்கொண்டிருக்கேக்க, 'ஏனப்பா வீட்டை போறியள்? கொஸ்பிட்டலுக்குப் போங்கோ. அப்பம்மாவையெல்லே பாக்க வேணும்,' எண்டு மகள் சொல்ல, 'அம்மாவையும் ஏத்திக்கொண்டு ஒண்டாய்ப் போவம்' எண்டு கிருபா சொன்னார். மகளும் நம்பிட்டாள்.

வீட்டுக்குப் போனால் கார்விட இடம் இல்ல. கிருபா தரப்பிலை நாலு கார், அவற்ரை மனைவி தரப்பிலை ஏழு கார் நிண்டது. வீட்டுக்குள்ள போனா, வீடு நிறைஞ்சு போயிருந்தது. மகளுக்கு எல்லாம் விளங்கிட்டுது.

சீறிப் பாய்ஞ்சுகொண்டு படியால பாஞ்சேறி அறையிக்க போக வெளிக்கிட்டவள பேத்தியார் கட்டியணைக்கப் பாத்தா. தள்ளிப்போட்டு அவள் ஓடிட்டாள். பின்னால கூப்பிட்டபடி, கிருபாவின்ர மனிசியும் அம்மாவும் வேறை சில பெண்டுகளும் போச்சினம். இனி அவையின்ர பிரச்சினை எண்டுட்டு, கிருபா போய்த் தன்ர சொந்தங்களோட இருந்தார்.

கிருபாவின்ர அக்காதான் தொடங்கினா.

'ஸ்கார்பறோ மண்டபங்கள் சரியில்லை. மிஸ்சிசாகாவிலை நல்ல மண்டபம் ஒண்டு இருக்கு. ஒரு ஆளுக்கு 75 டொலர்தான் வரும். வடிவாய்ச் செய்வாங்கள்.' இதைக் கேட்டுக்கொண்டிருந்த மனிசின்ர தம்பியார் சில காரணங்கள முன்வைச்சு அதை மறுத்தார்.

'எப்படியும் 500 பேருக்காவது சொல்ல வேணும். நிறையச் சொந்தக்காரர் மார்க்கம், ஸ்கார்பறோவிலதான் இருக்கினம். கொண்டாட்டம் மிஸ்சிசாகாவிலை எண்டால் சிலபேர் வராமல் விடப் பார்ப்பாங்கள்' எண்டார்.

முடிவுகளுக்கு வராமல் கதைகள் இழுபறியாய் நீண்டது.

கிருபாவின்ர மச்சான் ஒருவர், ‘என்ர மகளின்ர சடங்குக்கு வாடகைக்கு எடுத்த பல்லக்கு சரியான பாரம், ஆறுபேர் சேந்தும் தூக்க முடியேல்ல. வேறு எங்கையெண்டாலும் பாரம் குறைஞ்சதாய்ப் பார்க்கவேணும்’ எண்டார்.

இன்னுமொருவர், ‘இவங்களின்ர லிமோசன் கார் நீளம் காணாது. எனக்குத் தெரிஞ்ச ஒரு கொம்பனி, புதுப்புது கார்கள் வைச்சிருக்குது. நான் நல்ல டீலுக்குக் கதைச்சு விடுறன்’ எண்டார்.

கிருபா ஒன்றும் பறையாமல் யோசிச்சுக்கொண்டிருந்தார்.

‘என்ன காசு போகப்போகுது எண்டு கவலைப்படுறீரோ, ஒத்தைப் பிள்ளைய வைச்சுக்கொண்டு இதுக்கெல்லாம் யோசிக்கப்படாது. எப்ப கொண்டாட்டம் செய்யிறது என்று இப்பவே முடிவு செய்யுங்கள்’ எண்டார் தள்ளியிருந்த வேறொருவர்.

வீடு முழுக்க ரொறன்ரோ கடைகளில வாங்கின நல்லெண்ணைப் போத்தலும் முட்டையும் அரிசிமாவுமாய் இருந்தது. ‘இது நல்ல ஊர் முட்டை, கடையில பாத்து வாங்கினனான்’ எண்டு ஆரோ கதைச்சதும் கிருபாவின்ர காதில விழுந்தது.

‘அக்கா, சாப்பாட்டுக்கெல்லாம் ஓடர் பண்ணிட்டா. சாப்பாடு வர முன்னம் சட்டுப்புட்டெண்டு, சடங்குகளச் செய்து தண்ணி வாக்க வேணும். நானும் கடையில பாதி வேலைய விட்டுட்டு வந்தனான், கெதி பண்ணிப் போக வேணும். பிள்ளைய ஆயுத்தப்படுத்துங்கோ’ எண்டார் தாய்மாமன்.

இதுக்கிடையில, ‘இஞ்சேருங்கோ, ஒருக்கா மேல வாங்கோ’ எண்டு கூப்பிட்டா கிருபாவின்ர மனிசி.

மகளின்ர அறைக்குள்ள கிருபா போக, தாயும் இரண்டு மச்சாள்மாரும் மனிசியும் மகளைக் கெஞ்சிக்கொண்டு நிண்டிச்சினம்.

கிருபாவின்ர தாய் அழாக்குறையாப் பிள்ளையை மன்றாடிக்கொண்டும், தாய்க்காறி பிள்ளையைத் தாக்கிப் போட்டாலும் என்ற பயத்தாலும் இடையில் நின்று ‘டான்ஸ்’ ஆடிக்கொண்டு நின்றா. கிருபாவின்ர மனிசி தன்ர முகத்தைக் கிருபாவின்ர பக்கம் திருப்பினா. ‘உங்கட பரம்பரை எல்லாம் பிடிவாதக்கூட்டம்‘ எண்டு வழக்கமான தொனியில சொன்னா. இண்டைக்கும் ஒரு யுத்த மேகம் சூழுமோ எண்டு திகைச்சபடி கிருபா, மகளிட்டப் போனார்.

'பிள்ளை! மாமாமார், சித்தப்பா, பெரியப்பா எல்லாரும் நிக்கினம். சரியில்லை. அம்மா, சொல்லுறதைக் கேள். குளிக்கிறதுக்கு ஆயத்தப்படுத்து' எண்டு கிருபா சொல்ல, 'அப்பா நீங்கயொரு கிப்போகிறசி. ஒரு லய்யர், என்னை ஏமாத்திப் போட்டியள்' என்று கடுமையாகக் கத்தினாள்.

பக்கத்தில நிண்ட மச்சாள்மார், 'என்னவொரு பிள்ளையை வளர்த்து வச்சிருக்கினம்,' எனக் குசுகுசுத்தது கிருபாவின்ர காதில விழுந்தது. கிருபாவின்ர தாய், ஓரமாயிருந்து சின்னதாய் அழுகிறது கேட்டது. கிருபாவின்ர மனிசியின் கோபம் கிருபாவுக்கு மேல திரும்ப, வாக்குவாதம் வலுத்தது. இதைப் பொறுக்கமுடியாத மகள் எழும்பி அப்பம்மாவின்ர அறையுக்குள்ள போய் உள்ளால பூட்டுப் போட்டிட்டாள். மேல்தட்டு நடுத்தட்டு கீழ்த்தட்டு எல்லாம் பரபரப்பாய் இருந்தது. கீழயிருந்த கிருபாவின்ர மனிசியின்ர மூத்த அண்ணன் மேல வந்தார். என்ன நடக்குது எண்டு கேக்க,

'அவள் சடங்குகெதுவும் செய்யிறத்துக்கு வரமாட்டாளாம். இதெல்லாம் தனக்குப் பிடிக்காதாம். காலையில அங்கேயே தான் குளிச்சுப் போட்டாளாம்' எண்டு கிருபாவின்ர மனிசி சொன்னா.

அவரும் தாய்மாமன் எண்ட உரிமையோட பிள்ளையைக் கூப்பிட்டுப் பார்த்தார். அன்பாய்க் கூப்பிட்டார், சரிவரேல்ல. கடுமையாக் கத்திப் பாத்தார், அவள் கேக்கிற மாதிரித் தெரியேல்ல. அவற்ரை பேச்சு எடுபடாமல் போனதில, கோபம் உச்சியத் தொட்டிருக்க வேணும்.

ஏறின கோபத்தை இறக்க வேணுமே.

'என்னண்டடி பிள்ளையை வளத்து வைச்சிருக்கிறாய்' எண்டு சொல்லிக்கொண்டு கிருபாவின்ர மனிசிக்குக் கன்னத்தைப் பொத்தி விட்டார் ஒரு அடி. மனிசி சுழண்டு விழ, பிடிச்சது கிருபாதான்.

வெளியில நடந்துகொண்டிருந்த களேபரம் உள்ளுக்கிருந்த மகளுக்கு விளங்கியிருக்க வேணும். கதவைத் திறந்தாள். கலவர பூமி என்ன மாதிரி அமைதியாச்சுது எண்டு தெரியேல்ல.

'எல்லாரும் கேளுங்கோ' எண்டுறதை மட்டும் தமிழில சொல்லிப் போட்டு, மிச்சத்தை ஆங்கிலத்தில சத்தமாய்ச் சொன்னாள்.

'சாமத்தியபடுகிறது எண்டுறது ஒரு சின்ன விசயம். உங்கடை ஊரிலை அது பெரிய விசயமாய் இருக்கலாம்.

தயவுசெய்து எனக்கொரு சடங்கும் செய்யத் தேவையில்லை. நீங்கள் சாப்பிட்டிட்டுப் போங்கோ'. அவள் கதைச்ச ஆங்கிலம் வந்தவைக்கு முழுசா விளங்குறத்துக்குள்ள, சத்தமிட்ட வேகத்திலேயே மீண்டும் கதவைப் பூட்டிக்கொண்டாள்.

ஆங்கிலம் விளங்காத அப்பம்மா, பிள்ளை சம்மதிச்சிட்டாளோ எண்டு, கலங்கின கண்ணைத் துடைச்சபடி ஆரிட்டையோ கேட்டுக்கொண்டிருந்தார்.

வாசல் மணி ஒலிக்க, ஒருவர் கதவைத் திறந்தார்.

கேற்றரிங் சாப்பாடு வாசலுக்கு வந்துவிட்டிருந்தது.

பங்கிராஸ் அண்ணர்

என்னைவிட அவருக்கு ஒரு நாலைஞ்சு வயசு மூப்பிருக்கும். அவர் நல்லவரா கெட்டவரா எண்டு எனக்கு இண்டுவரைக்கும் தெரியாது. ஏனெண்டா நான் நல்லவனா இல்ல கெட்டனவா எண்டு எனக்குத் தெரியாது. என்ர ஊர்க்காரன் அழகன், நேற்றுத்தான் சொன்னான், பங்கராஸ் அண்ணர் செத்துப்போயிட்டார் எண்டு.

அழகனுக்குத் தெரியும் நான் ஒரு காலத்தில அவருடைய சைக்கிளில் முன்னால இருந்தபடி திரிஞ்சது. அவர் செத்ததைச் சொல்லுறத்துக்கு இப்ப எனக்குத் தெரிஞ்சவை ஆரும் ஊரில இல்ல. அவற்றை இறப்பை *லங்காஸ்ரீ* இல போடுறவளவுக்கு அவற்றை குடும்பத்துக்கு வசதியும் இல்ல.

என்ர பயணம் ரெடி எண்டவுடன அண்ணருக்கு விசயத்தைச் சொன்னன்.

சரியாக் கவலைப்பட்டார். 'நீ அங்கை போய் என்னடா செய்யப் போறாய்? உனக்கு என்ன தெரியும்? தமிழ்ப் புத்தகம் வாசிக்கிறத்துக்கும், தமிழ்ப் படம் பாக்கிறதுக்கும் ஆரேனுன் சம்பளம் குடுப்பாங்களா?' கொஞ்சம் நேரம் யோசிச்சுப்போட்டுச் சொன்னார், 'சிலவேளை நீ அங்கபோய் ஏதாவது வேலை செய்யத் தொடங்கலாம். நானும் கேள்விப்பட்டனான். ஊரிலை உழாத மாடுகள் சிலது வன்னியில் உழுகுதுகள் எண்டு.'

'நீங்கள் இஞ்சையிருந்து கஸ்ரப்படப் போறியளோ? சொந்தபந்தங்களிட்ட காசைக்கீசை மாறிச்சாறி வெளிக்கிடுங்கோவன்' எண்டன் நான்.

அப்ப பக்கத்திலை நிண்ட இன்னொருத்தன் 'இந்தக் கள்ளுத்தண்ணியை விட்டுட்டு பங்கிராஸ் மசிரை வெளிக்கிட்டுது' எண்டு சொல்லிச் சிரிச்சான்.

பங்கிராஸ் அண்ணர் சின்ன வயசிலையே குடியில வீழ்ந்து போனார். அண்ணர் இறந்துபோனார் எண்டு அழகன் சொன்னபோது அதிர்ச்சியாத்தான் இருந்துது. அது நடந்து கனகாலம் எண்டுறதால கொஞ்சம் ஆறுதல் கிடைச்சாலும் அவற்ரை பழைய நினைவுகள் மேல வரத் தொடங்கிட்டுது.

எனக்குத் தெரிஞ்ச பங்கிராஸ் அண்ணரும் அவரைப் பத்திக் கேள்விப்பட்ட கதையளும் மனசுக்குள்ள ஒரு படமா ஓடத் தொடங்கியது; அது ஆறுதலாகவும் இருந்தது; அஞ்சலியாயும் இருந்துது.

வெளிநாட்டுக்கு வந்தபிறகு இரண்டொரு கடிதம் போட்டன். அவரிட்டையிருந்து பதில் ஒழுங்கா வராது. ஆனா வேறு வழியால தகவல்கள் வரும். 1989இல் திடீரெண்டு ஊருக்குத் திரும்பிப் போக வேண்டியதாய்ப் போச்சு. இந்தியன் ஆமியின்ர காலம் அது. ஊரே வேறமாதிரிக் கிடந்தது.

பங்கிராஸ் அண்ணருக்கு ஒரு கடிதம் போட்டன். நான் ஊருக்கு வர வேண்டியதாய்க் கிடக்கு. வந்தால் ஏதும் பிரச்சினை வருமோ எண்டு. இதுக்கு உடன பதில் போட்டார். 'பயப்பிடாமல் வா. இங்கே பொறுப்பாய் இருக்கிறவர் ஈ.என்.டி.எல்.எஃப் சரவணன்தான். அவன் என்னோடை நல்லமாதிரி. நீ வந்துபோகுமட்டும் நான்தான் உனக்குப் பொறுப்பு. ஒண்டுக்கும் யோசிக்காதை' எண்டு எழுதியிருந்தார்.

அவற்ற கடிதம் கிடைச்சு நான் போய் ஊருக்குப் போய்ச்சேர மூன்று மாதம் ஆச்சுது. அப்ப இயக்கப் பொறுப்பெல்லாம் கைமாறியிருந்தது. போனவுடனேயே பங்கிராஸ் அண்ணரைத் தேடிப் போனன். அவர் ஏதோ அலுவலாய்ச் சவக்காலையில நிக்கிறதா வீட்டுக்காரர் சொல்ல, நான் அங்க போனன். அங்க பங்கிராஸ் அண்ணர் கிடங்கு வெட்டிக்கொண்டு நிண்டார். கூட விடுதலைப்புலிப் பெடியளும் நிண்டாங்கள்.

என்னைக் கட்டிப்பிடிச்சுக் கொஞ்சிப்போட்டு, பெலத்த சத்தமாய்ச் சொன்னார். 'இந்தியன் ஆமியோடை நிண்ட எங்கடை பெடியள் தப்பியோடைக்கை இதுக்கைதான் ஆயுதங்களைப் புதைச்சுப்போட்டுப் போனவங்களாம், அந்த ஆயுதங்களை எடுக்கிறத்துக்கு எங்கடை இயக்கத்துக்கு உதவி செய்யிறன்' எண்டு.

நான் திரும்பும் மட்டும் என்னோடதான் நிண்டார். அந்த நேரத்தில பழையமாதிரி பெரிய சந்தோசங்கள் இல்லையெண்டாலும் அந்தநாள் ஞாபகங்களச் சொல்லி மனச மகிழ்ச்சியா வைச்சுக் கொண்டம். அப்ப பழைய கதையொன்று ஞாபகம் வந்தது.

ஒருக்கா தீடீரெண்டு சொன்னார், 'காங்கேசன்துறை யாழ் தியட்டரில 'காதல் வாகனம்' எண்ட எம்ஜிஆர், ஜெயலலிதா நடிச்ச படம் ஒண்டு ஓடுது. ஆறு மாசத்துக்கு முதல்ல யாழ்ப்பாணத்தில அந்தப் படத்தைப் பாத்தனான்' எண்டார்.

கூட நிண்ட நாங்கள் 'அண்ண அது நல்ல படமோ?' எண்டு கேக்க, 'படம் சரியில்ல ஆனா, காதல் வாகனத்தில எம்ஜிஆர் ஜெயலலிதா பிடிக்கிற பிடியள் இருக்கே அந்தமாதிரி. ஜெயலலிதாவும் அந்தமாதிரித்தான் நடிக்கிறாள்,' எண்டார். அவர் ஒரு எம்ஜிஆர் ரசிகர். அவர் சொன்ன விதத்தைக் கேட்டு ஆறேழு பேர் சேர்ந்து களவாய் செக்கன் சோவுக்குப் போக முடிவு செய்தம்.

சரியான தூரம். கீரிமலை ஏத்தத்தாலை சைக்கிள் உழக்கிக் களைச்சு போனம். தியட்டருக்குக் கிட்டப் போக அவங்கள் 'கவுஸ் புல்' போட்டுவிட்டார்கள்.

பங்கிராஸ் அண்ணர், அடாவடியாய் எங்களைக் கூட்டிக் கொண்டு மனேஜர் ரூமுக்குள்ள புகுந்துவிட்டார்.

மனேஜர் 'இங்க இடமில்லை வெளியில போங்கோ' எண்டு சத்தம் போட, அண்ணர் சாறத்தைச் சண்டிக்கட்டாக் கட்டிக்கொண்டு அதைவிடப் பெரிய சத்தம் போட்டார்.

‘நாங்கள் ஆர் தெரியுமோ? எங்கையிருந்து வாறோமெண்டு தெரியுமோ?’ எண்டு குரலை உயத்த, மனேச்சர் கீழ இறங்கினார்.

‘ஆர் தம்பியவை நீங்கள்?’ எண்டு கேட்டார்,

‘நாங்கள் குருநகர் எம்ஜிஆர் ரசிகர் மன்றம். நான்தான் அதுக்குத் தலைவர். இவையெல்லாம் அங்கத்தவர். எம்ஜிஆரோட நேரடித் தொடர்பில இருக்கிறனாங்கள்’ எண்டு ஒரு வெருட்டு வெருட்டினார். மனேச்சர் நம்பிட்டார். எதுக்கு வம்பு எண்டு ஆறுறேழு கதிரையைப் போட்டுப் படம் பார்க்கவிட்டார்.

திரும்பி வரேக்க ‘எங்கையடா நீ சொன்ன காட்சியள்...’ எண்டு குழப்பி ஒருத்தன் அவருக்குப் பிடரியில தட்டிப் போட்டான்.

அண்ணர் கோவிக்கேல்ல. ‘யாழ்ப்பாணத்திலை வடிவாய் காட்டினவங்கள். இஞ்சை வெட்டிப் போட்டாங்கள்போல’ எண்டு சமாளிச்சார். ‘எம்ஜிஆற்ரை எல்லாப் படமும் பப்படம் தான்ரா’ எண்டு இன்னொரு சிவாஜி ரசிகன் பேசிக்கொண்டே வந்தான். பங்கிராஸ் அண்ணர் சிலவேளை நல்ல பொறுமைசாலி.

நான் அங்க நிண்ட காலத்தில அமலன், அண்ணரைப் பத்தி இன்னொரு கதையைச் சொன்னான். ‘விடுதலைப் போராட்டங்கள் ஆயுதப் போராட்டமாய் மாறின காலத்தில பங்கிராஸ் எல்லா இயக்கத்துக்கும் சப்போட் பண்ணினவன்தான்.

‘ஒருநாள் காலையிலை எங்கடை சந்தியிலை ஒரு தமிழ் பெடியனைச் சுட்டுப்போட்டிருந்தாங்கள். பங்கிராஸ் சரியாய்க் குழம்பிட்டார். மத்தியானம்வரை பிரேதம் அப்படியே கிடந்தது. பங்கிராஸ் மத்தியானம் தண்ணியைப் போட்டிட்டு, ஒரு இயக்கம் தங்கியிருந்த வீட்டுக்குப்போய் ‘பு... மக்களே! போராட்டம் முடிஞ்சு போச்சடா உந்த ஆயுதங்களையெல்லாம் கொண்டுபோய் மணியத்தின்ரை பட்டறைக்குள்ளே போட்டிட்டு, அவையவையின்ரை வீடுகளுக்குப் போங்கோடா’ என்று சத்தம் வைச்சார். வெளிய வந்த பெடியள் அண்ணரைத் துவைச்சு எடுக்க, ஆரோ ஒருவன், ‘அவன் ஒரு வெறிக்குட்டி அவனை அடிக்காதையுங்கோடா’ என மறிச்சுவிட்டிருக்கிறான்.’ இதை அமலன் சொல்லேக்கை மற்ற நண்பர் இன்னொரு கதையைச் சொன்னார்.

‘இந்தியன் ஆமி வந்து நிண்ட காலம் அது. இவர் நல்ல வெறியில வந்திருக்கிறார். ஆமி மறிச்சு ‘ஐடி பிளிஸ், ஐடி பிளிஸ்’ எண்டு கேட்டிருக்கு. இவர் திருப்பி ‘யுவர் பாஸ்போட் பிளீஸ், யுவர் பாஸ்போட் பிளீஸ்’ எண்டு கேட்டிருக்கிறார்.

'அவங்களுக்கு இவர் என்ன கேட்கிறார் எண்டு விளங்கயில்லை, ஒரு தமிழ்நாட்டு ஆமிதான் 'இவன் சரியாய் குடிச்சிருக்கிறான்' என்று மற்றவங்களுக்குச் சொல்லிப்போட்டு, துவக்காலை இடிச்சுக் கலைச்சுவிட்டவன்' என்றார்.

பங்கிராஸ் அண்ணர் எல்லா மனிசர் மாதிரியும் இருக்கேல்ல. அவரிட்டத் தனித்துவங்களும் இருந்திருக்கு. அவரிட்ட நான் கேட்டன், 'நீங்கள் காதலிக்கிறதுக்கோ அல்லது கல்யாணம் முடிக்கிறத்துக்கோ யோசிக்கவில்லையோ?' எண்டு.

'என்னை ஆர் கல்யாணம் முடிக்கப் போகினம்?' எண்டு கவலைப்பட்டமாதிரிச் சொன்னார். 'அதற்காக எனக்கொரு உணர்வும் இல்லை எண்டு நினைச்சுப் போடதை. நீ இல்லாத காலத்திலை சில பல பிழைகள் விட்டனான்தான்' எண்டார்.

நான் மௌனமாய் இருந்தன்.

ஆருக்கும் சொல்லாட்டில் ஒரு கதையை உனக்குச் சொல்லலாம் எண்டு சொல்லிப்போட்டுத் தொடங்கினார். ஒரு பாரத்தை இறக்க அவர் முயற்சிக்கிற மாதிரியும் இருந்தது.

'ஒருக்கா மரியம்மா தங்கடை கிணத்தடியிலை குளிச்சுக் கொண்டு நிண்டாள்.' நான் இடைமறிச்சு 'அவ உங்களுக்கு மாமி முறையல்லோ' எண்டேன். 'ஓமடா கொஞ்சம் பொறு' எண்டு சொல்லிக் கதையைத் தொடர்ந்தார்.

'அவ குளிச்சுக்கொண்டே எடேய் பங்கிராஸ¬ துலா ஒரு பக்கமாய்ச் சரியுது. ஏறி ஒருக்கால் அரக்கி விடடா' எண்டாள். 'நானும் ஏறித் தலையை அரக்கிக்கொண்டு அவவைப் பார்த்தன். அவ சவர்காரம் போட்டுக்கொண்டு நிண்டா. எனக்குப் பேய் பிடிச்சதோ தெரியேல்ல. கீழே இறங்கி அவளைக் கட்டிப் பிடிச்சன். அவ குளறத் தொடங்கிற்றா. உடனே நான் அவவின்ரை காலிலை விழுந்து மாமி தெரியாமல் நடந்து போட்டுது. யாருக்கும் சொல்லிப் போடாதேயுங்கோ எண்டு கெஞ்சிப்போட்டு அங்காலை போயிற்றன்' எண்டார்.

எனக்கு சிரிக்கிறதோ அழுகிறதோ என்று தெரியவில்லை.

ஒரு மாதத்துக்குப் பிறகு நான் திரும்பிட்டன். பிறகு ஊரிலை சண்டை பெரிதாய் தொடங்கிட்டுது. அந்த நேரத்திலை ஆற்றையோ உதவியாலை அரிசி வியாபாரம் செய்யத் தொடங்கியிருந்தார் பங்கிராஸ் அண்ணர்.

சண்டை கடுமையாய் நடக்கநடக்க அவர் வியாபாரமும் நல்லாய் போனது. அந்த நேரத்தில அவர் கல்யாணமும்

முடிச்சிட்டார் எண்டு கேள்விப்பட்டன். பங்கிராஸ் நல்லாயிருக்கிறாராம் என்று ஒரு நண்பருக்குச் சொல்ல, 'ஓம் ஓம் காரைநகர் நேவிக்காரர் களவாய் கொண்டுவந்து கொடுக்கிற பெற்றோல், டீசலை இவர் இயக்கத்துக்கு வித்துத்தான் சீவிக்கிறார்' எண்டு இன்னொரு கதையைச் சொன்னார். கடைசியிலை வன்னிக்கு இடம்பெயர்ந்து முல்லத்தீவிலை அவர் வாழ்ந்ததாகக் கேள்விப்பட்டன்.

எல்லாம் முடிஞ்ச பிறகு ஊருக்கு வந்துசேர்ந்தார் பங்கிராஸ்.

ஆறேழு இயக்கங்களுக்குத் தப்பியும், இந்தியன் ஆமிக்குத் தப்பியும், இலங்கை இராணுவத்துக்குத் தப்பியும் வாழ்ந்த அண்ணர் கசிப்புக்குப் பலியாகிப் போனதாக இன்னுமொருவன் அஞ்சலி செய்தான். இதைவிட எனக்குத் தெரிந்த இன்னொரு கதை ஞாபகம் வந்தது. பங்கிராஸ் அண்ணருக்கு எப்பவும் காசு கஸ்ரம் இருக்கும். அடிக்கடி வட்டிக்கோ வட்டியில்லாமலோ ஆட்களிட்டை காசு மாறுவார். எப்படியும் இன்னொருவரிட்டை மாறி முதல் கடனை அடைச்சுத் தன்னையும் தன்ரை நேர்மையையும் நிலைநிறுத்துவார். இப்படித்தான் ஒருநாள் பின்னேரம் அவருக்கு அவசரமாகக் காசு தேவைப்பட்டது. வழமையான இடங்களில கிடைக்கேல்லை. வட்டி சின்னத்துரைதான் எம்பிட்டார். சின்னத்துரை இருக்கிறது கொஞ்சத் தூரத்திலைதான். அவரை இவர் தேடிப்போக, அவர் சந்தையடியில நிண்டிருக்கிறார்.

'அண்ண, ஒரு நூறு தேவையாயிருக்கிறது மூன்று கிழமையாலை தாறேன்' எண்டு கேக்க, அவர் 'அதற்கென்ன, 100 ரூபாய்க்கு 10 ரூபா வட்டி தெரியும்தானே' எண்டு சொல்லிப்போட்டு, வட்டி 10 ரூபாவை எடுத்துக்கொண்டு 90 ரூபாவைக் கொடுத்திருக்கிறார்.

மூன்று கிழமையிலை தராட்டாலும் மூன்று மாதத்திலையாவது அவன் தருவான் எண்ட நம்பிக்கை சின்னத்துரைக்கு.

காசைக் குடுக்கேக்கை, வட்டி சின்னத்துரை 'எடேய் பங்கி, ஒரு அரைப்போத்தல் சாராயம் எடன்ரா இரண்டும் பேரும் ஒரு நாளும் சேர்ந்து குடிக்கேல்லை' எண்டு சொல்ல, ஏதோ கவனத்தில இருந்த பங்கிராஸும் உடனே அரைப்போத்தல் சாராயம் வாங்கிட்டார். சந்தையின்ர மூலையிலிருந்து இரண்டு பேரும் குடிக்க வெளிக்கிட அங்க நிண்ட இன்னொண்டும் சேந்திட்டுது.

கொஞ்சம் ஏறினவுடன வட்டி சொல்லிச்சுது, 'அடேய் இது தொண்டை நனைக்கக் காணாது உன்னட்டைதானே இப்ப காசு இருக்கு. இன்னொரு அரை எடேன்ரா' எண்டு சொல்ல,

பங்கியும் இன்னொரு அரையை வாங்கினார். குடிச்சு முடிய, இரவு ஒன்பது மணி தாண்டிற்று. பங்கிக்கு ஓரளவான வெறி. வட்டிக்கும் வெறிதான்.

பங்கி மனசுக்குள்ள கணக்குப் பார்த்தார். 90 இல, இரண்டு தரம் சாராயம் எடுத்த காசும் பகோடா வேண்டிய காசும் போக 67 ரூபாதான் கிடக்கு. மூன்று கிழமையாலை இவருக்கு 100 ரூபா திருப்பிக் கொடுக்கவேணும். பங்கிராசு அண்ணர் மனசுக்குள்ள ஒரு பிளான் போட்டார். பங்கிராஸ் ஒருக்கா ஆடி விழுந்தமாதிரி நடிச்சுபோட்டு, 'அண்ணய், என்னாலை இப்ப வடிவாய் நடந்து வீட்டை போக இயலாது. இந்த காசை இப்படியே வைச்சிருங்கோ. நான் விடிய வந்து வேண்டுறன். இந்த வெறியிலை போற வழியிலை எங்கையாலும் தொலைச்சுப் போடுவன்' என்று சொல்லி, 67 ரூபாயை அவற்ரை பொக்கற்றுக்குள்ள வில்லங்கமாய்ச் சொருகிப்போட்டு மெல்லிசாய் மாறிட்டார்.

வட்டி இரண்டுமூன்று தரம் தேடிப்போய் கரைச்சல் பண்ணிப் பார்த்து, மிச்சக் காசைக் கேட்டிருக்கு. நான் உன்னட்டை பணம் வாங்கவேயில்லை எண்டு பங்கராஸ் தெளிவாச் சொல்லிப்போட்டார்.

என்னைப் பொறுத்தவரை பங்கிராஸ் அண்ணற்ரை கதை பத்தோடு பதினொன்று இல்லை.

எள்ளிருக்கும் இடமின்றி உயிர் இருக்கும் இடம் நாடி

கோயில் வளவுக்கை தேவசகாயம்பிள்ளை நாட்டுக்கூத்து நடந்துகொண்டிருந்துது.

'என் மகளே பொன்மகளே, என் இன்பரச பைங்கிளியே' எண்டு சந்தியோ ஐந்து கட்டை சுருதிக் குரல் சோளகக் காத்தோட இறங்கி என்ரை காதைத் துளைச்சுக்கொண்டிருந்திச்சுது.

'பங்குனி 24. எல்லாருக்கும் தெரியுந்தானே அண்டைக்குத்தான் ஊர்ப் பெருநாள்' மாஸ்டர் சொல்லுறதை நிப்பாட்டிப் போட்டு எல்லாரையும் பார்த்தார்.

ஆனா, மாஸ்டர் சொல்லவந்த கதை பாதியில நிண்டு போச்சுது. எனக்குக் கனகாலமாய்த் தெரியும்,

செல்வம் அருளானந்தம்

மாஸ்டருக்கும் ஊரில அப்ப நடந்த அந்தக் கொலைக்கும் ஏதோ சம்பந்தம் இருக்குதெண்டு. அதை எப்பிடியாவது மாஸ்டரிட்டையிருந்து பிடுங்கவேணும் எண்ட ஆவல் எனக்கு.

'சொல்லுங்கோ மாஸ்டர்' நான் வில்லங்கப்படுத்தினன். மாஸ்டர் சிரிச்சுப்போட்டுச் சொல்லத் தொடங்கினார்.

'எனக்கும் அண்டைக்கு நித்திரையே வரேல்லை.'

'மாஸ்டர் அப்ப நீங்கள் அந்தக் கூத்துக்குப் போகேல்லையோ?' நான் குறுக்கால கேட்டன்.

'கூத்தாடுறதும் குண்டிய நெளிக்கிறதும் ஆத்தாதவன் செயல் எண்ட எண்ணம் எனக்கிருந்த காலம் அது. இப்ப எல்லாம் மாறித் தலைகீழ். நான் அப்ப 'ரெயினிங் கொலிச்'சிலை இரண்டாவது வருசம் எனக்கொரு 21 வயசிருக்கும். இப்ப எனக்கு 68 முடியுது.' எண்டவர் விஸ்கியை எடுத்து ஒரு மிடறு குடிச்சார்.

'திடீரெண்டு பாட்டு, தாளம் எல்லாம் நிண்டு போச்சுது. பெரிசாக் குழறிக் கேட்டுது. நான் சட்டையைத் தேடி எடுத்துகொண்டு வெளிக்கிடுவம் எண்டுறதுக்குள்ள' மாஸ்டர் திருப்பியும் நிப்பாட்டிப் போட்டு மறுபடியும் ஒரு மிடறு விஸ்கியை ஆறுதலாய்க் குடிச்சார்.

கதை கேட்டுக்கொண்டிருந்த எங்கட பொறுமைய மாஸ்டர் சோதிக்க வேணும் எண்டு முடிவெடுத்திட்டார்போல.

நான் பொறுமையிழந்திட்டன். ஒரு கிளாஸ் விஸ்கியை மடமடவெண்டு குடிச்சுப்போட்டு, 'பிறகு என்ன நடந்தது மாஸ்டர்?' கொஞ்சம் உரமாய்த்தான் கேட்டன்.

'படலைக்குள்ளை என்னை யாரோ கூப்பிட்டுக் கேட்டுது எட்டிப் பார்க்க அவன்தான் ஒல்லியன் யேசுமணி... இரத்தம் தோய்ஞ்சி கிடந்த சேட்டோட நிண்டுகொண்டிருந்தான்.'

'சண்டியன் ஆரோக்கியநாதனை நான் கொண்டுபோட்டன்... என்னைக் கொண்டுபோய் ஒருக்கால் பொலிஸ் ஸ்டேசனில விட்டுவிடு.' யேசுமணி அழுதான்.

'என்னாலை நம்ப முடியேலை. எங்கட யேசுமணியா? கோழி இறக்கையத் தட்டிப் பறந்தாலே பயப்படுறவன். இவனாவது சண்டியன் ஆரோக்கியநாதனைக் கொல்லுறதாவது?'

'என்னடா யேசுமணி விசர்க்கதை கதைக்கிறாய்?'

'கிருபதயாபரத்துக்கு மாதாவாய் இருக்கிற எங்கள் ஜீவமே, எங்கள் ராக்கினியே வாழ்க, எங்கள் ஜீவமே, எங்கள் மதுரமே,

எங்கள் தஞ்சமே வாழ்க! கிருபாகரியே, தயாநிதியே, பேரின்ப இரக்கமுள்ள கன்னிமாமரியே! சர்வேசனுடைய புனித மாதாவே'

நடுங்கிக்கொண்டே கிருபதயாபர மந்திரத்தைச் சொல்லிக் கொண்டேயிருக்கிறானே ஒழிய என்ர கேள்விக்குப் பதில் சொல்றான் இல்லை.

'ஏறடா சைக்கிளிலை' எண்டான். அழுதபடி ஏறிட்டான். அவனை ஏத்திக்கொண்டு விளா வெளிக்காலை சைக்கிளை உழக்கிறன் உழக்கிறன் சைக்கிள் அரக்குது இல்லை. தலைச்சோளகம் வேறை.'

'என்னடா நடந்தது? எப்படியடா அவனை நீ குத்தினனீ? திருப்பித்திருப்பிக் கேட்டன். அவன் ஒண்டுமே பறையேல்ல.

பொலீஸ் ஸ்டேசனில சாஜன் மரியாம்பிள்ளைதான் இருந்தார். வேறை ஆரையும் காணேல்ல. எங்கட ஊர்க்காரன். ஊர்க்காரரை நல்லாத் தெரிஞ்ச ஆள்.

'நீ ஆரோக்கியநாதனை குத்தினனீ? என்னை நம்பச் சொல்லுறாய்?' சாஜன் மரியாம்பிள்ளை சத்தமாய்ச் சிரிச்சார்.

'எங்கடை ஊர்க்காரர், சாஜன் மரியாம் பிள்ளையே இந்தக் கதையை நம்பேல்லையெண்டால் பாத்துக்கொள்ளுங்கோ' என்று சொல்லிப்போட்டு 'சிகரட் இருக்கா?' என்று மாஸ்டர் கேட்க, சுவாரசியமாகக் கதை கேட்டுக்கொண்டிருந்த ஒருவர் அவசரஅவசரமா மாஸ்டரின்ர வாயில சிகரட்டைத் திணிச்சுப் பத்தியும் விட்டார்.

புகைய அனுபவிச்சு இழுத்த மாஸ்டர் கதையத் தொடர்ந்தார்.

'சாஜனையும் என்னையும் பார்த்து முழுசின யேசுமணி, சண்டிக்கட்டுக்கை இருந்த கிறீசுக் கத்தியை எடுத்து மேசையில் வைச்சான். கத்தியில இருந்த பச்சை இரத்தம் காயேல்ல. சாஜன் மட்டுமில்லை நானும் ஒருக்கா அதிர்ந்து போனன். திடீரென அந்தநேரம் பார்த்து பொலிஸ் ஸ்டேசனுக்குள்ளை யாரோ சிலபேர் வாறமாதிரி இருந்தது. எங்களை அங்கால போய் இருக்கச் சொல்லிட்டு, முன்னால போனார் மரியாம்பிள்ளை.

'வந்தவங்கள் எங்கட ஊர்க்கார மூப்பர் செபமாலை முத்து, உன்டை மாமா துரைராசா மற்றது யாரெண்டு ஞாபகம் வருகுதில்லை.'

'அதை விடுங்கோ மாஸ்டர் மிச்சத்தைச் சொல்லுங்கோ' நான் அவசரப்படுத்தினன்.

மூப்பர்தான் குழறினார். 'ஐயா எங்கடை கோயில்வளவுக்கை ஒரு கொலை விழுந்திட்டுது இவன் சண்டியன் ஆரோக்கிய நாதனை யாரோ சரமாரியாய்க் குத்திப் போட்டான்கள்.'

'யாரடா குத்தினது?' மரியாம்பிள்ளை தெரியாதமாதிரிக் கேட்டார்.

'யாரெண்டு தெரியாது ஐயா!' மூன்றுபேரும் ஒன்றாகச் சொன்னார்கள்.

'தெரியாதோ இல்லாட்டிச் சொல்லப்படாது என்ற முடிவோடதான் வந்திருக்கிறியளோ?' மரியாம்பிள்ளை கொஞ்சம் அதட்டினார்.

'உண்மையாய்த் தெரியாது ஐயா' மூன்று பேரும் நடுங்கினாங்கள்.

'என்னெண்டடா அவன் செத்துப்போனான் எண்டு தெரியும்? நீங்கள் என்ன டாக்குத்தர்மாரே? ஏனடா ஆஸ்பத்திரிக்குக் கொண்டுபோகாமல் இங்க வந்தனீங்கள்? அவன் உயிரோடை இருந்தால் உங்கள் மூன்று பேரையும்தான் அரஸ்ட் பண்ணுவன்' குரலில பொலிஸ்காரத்தனம் தெரிஞ்சுது.

'இல்லை ஐயா தேகம் முழுக்கக் கத்திக்குத்து நெஞ்சில் குத்தின ஒரு குத்து முதுகுப் பக்கத்தாலேயே வெளியில வந்திட்டுது.' துரைராசாதான் சொன்னான்.

'அவனுக்கு இது வேணும்.' சாஜன் திடீரெனச் சொன்னார். 'குத்தினவன் வலுக்கெட்டிக்காரன்தான்' இதில யேசுமணிக்குப் பாராட்டு வேறை.

'நான் கோயிலடிக்கு வரேக்கை என்னையே இவன் ஆரோக்கியநாதன் படுத்தின பாடு? 'உன்னை என்னெண்டு சாஜன் ஆக்கினவங்கள்?' எண்டெல்லே கேட்டவன். 'நான் ஒரு பூட்டுப் போடுவன் ஏலுமெண்டால் கழட்டு பாப்பம்' எண்டு அவன் எனக்கு சவால் விடுறான்' கோபத்தில் முறுகினார் சாஜன்.

'பொலிஸ்மாரை அடிக்கிறது. தேடினால் வங்காலை, பேசாலை, பள்ளிமுனைக்கு ஓடுறது. பணத்தாலையும் சண்டித்தனத்தாலையும் என்னவெல்லாம் செய்யலாம் எண்டு எத்தனை அட்டகாசம் எல்லாம் செய்தவன்' ஆத்திரத்தில் பல்லைக் கடித்தார் சாஜன் மரியாம்பிள்ளை. 'உண்மையாய்ச் செத்துத்தான் போனான் என்ன?' என்றார்.

'ஓம் ஐயா' பயபக்தியோட மூண்டுபேரும் சொன்னாங்கள்.

'சரி நீங்கள் போங்கோ நான் இன்ஸ்பெக்ட்ரோடை வாறன்.'

'அவர்கள் போன பிறகு சாஜன் எங்களிட்ட வந்தார். யேசுமணியோட சேர்ந்து இப்ப நானும் நடுங்கிக்கொண்டிருந்தன்.

'டேய் யேசுமணி இந்தக் கிறீசையும், உன்ர சேட்டு, சாரம் எல்லாத்தையும் விளாவெளிக்குள்ளை எங்கையாவது புதைச்சுப்போட்டு உன்ர மனிசியின்ட ஊரில போய் ஒளிச்சிரடா ... ஒரு இரண்டு மூன்று நாளில சந்தேகத்தில நான் உன்னை வந்து அரஸ்ட் பண்ணுவன். 'நல்லா ஞாபகம் வைச்சுக்கொள் அப்ப நீ எனக்கு ஒண்டுமே தெரியாது, எண்டு சொல்லவேணும்.'

என்னிடம் 'நீ உன்ர பெயரே இதில வராமப் பார்த்துக்கொள். உன்ரை வேலைக்குப் பழுதடா. ஓடுங்கோ!' எங்களை கலைச்சு விட்டார் மரியாம்பிள்ளை. எங்கள அப்ப காப்பாத்தினது மரியாம்பிள்ளைக்கு ஆரோக்கியநாதனில இருந்த கோபந்தான் எண்டுறது எனக்கு விளங்கியிருந்தது. யேசுமணி பாவம்.

நான்தான் யேசுமணியை அவனின்ட மனிசியின்ட ஊரிலை விட்டிட்டு வந்தன். ஊருக்குத் திரும்பி வரேக்கை சோளகம் எதிர்த்து நிற்கேலை மனசும் பதற்றம் குறைஞ்சிருந்தது.'

'ஆரோக்கியநாதன் அவ்வளவு பெரிய சண்டியனே மாஸ்டர்' வண்டன் கேட்டான்.

'அவன் சின்னனிலேயே பெரிய குழப்படி. எனக்கு நல்ல ஞாபகம் இருக்கு. அப்ப ஒரு வெள்ளைக்காரச் சுவாமி இருந்தவர். அவர் வளர்த்த அல்சேசன் நாய்க்குத் தன்ரை வீட்டுப் பெட்டை நாயை விட்டு ... பெரிய அட்டகாசம் செய்தவன். அதால சுவாமி ஒருநாள் முழுக்க இவனைக் கோயிலறை வீட்டில கட்டிவைச்சிட்டார்.'

ஒருநாள் பிரசங்கத்திலேயே சுவாமி இவன்ட தாயைப் பார்த்துச் சொன்னார். 'மரியம்மா உன்ர ஆடு எங்கை எண்டு கேட்டா? குருசுமுத்துவின்ட வளவுக்கை எண்டு சொல்லுவாய். ஆனால் மகன் ஆரோக்கியநாதன் எங்கையெண்டால் மட்டும் தெரியாது சுவாமி எண்டு சொல்லுகிறாய் பிள்ளையளை எப்படி வளர்த்திருக்கிறியள்?' எண்டிருக்கிறார்.

'ஒரு கலியாணத்தை அவனுக்கு முடிச்சுக் குடுத்திருந்தால் அடங்கியிருப்பான்.' அதுக்குள்ளையிருந்து யாரோ சொன்னாங்கள்.

'முடிச்சுக் குடுத்ததுதான், எங்கேயோ தூரத்தில ஆனா ஆறுமாதத்துக்குள்ள பெண் சாதிக்கு முதல் மச்சாள்காரி கர்ப்பம் ஆயிட்டாள். அதால அந்த ஊரைவிட்டே அடிச்சுத்

துரத்திட்டாங்கள்.' மாஸ்டர் இன்னொரு வாய் விஸ்கியை உள்ள விட்டார்.

'அதுசரி மாஸ்டர், அந்தப் பெரிய சண்டியனை என்னெண்டு இந்த நோஞ்சான் யேசுமணியால கொலை செய்ய முடிஞ்சது?'

ஒருநாள் இரண்டுநாள் இல்ல, வருசக்கணக்கா புதைஞ்சு கிடந்த கேள்விக்கு இண்டைக்கு எப்பிடியும் விடை கிடைச்சிடும் என்ற நம்பிக்கையில கேட்டன்.

'யாருமே செய்யலாம். ஒண்டும் கஸ்டம் இல்ல.' மாஸ்டர் அமைதியாச் சொல்லிப்போட்டுக் கொஞ்சம் நிப்பாட்டினார். நாங்கள் அதிசயமாய்ப் பாத்தம். ஒரு சண்டியனைக் கொல்லுறது என்ன அவ்வளவு சுலபமா?

'கடைக்கு முன்னாலை வைச்சு மனிசியின்ட கையைப் பிடிச்சு இழுத்தால் அந்தச் சண்டியனை யாருமே லேசாய்க் கொல்லலாம், மாஸ்டர் எழும்பினார்.

நாங்கள் அதிர்ந்துபோய் இருக்க, வண்டன்தான் திருப்பிக் கேட்டான். 'என்ன மாஸ்டர் இது? கையைப் பிடிச்சு இழுத்ததுக்கு ஆளக் கொல்லுறதே?'

'கையைப் பிடிச்சு இழுத்ததுக்காக எண்டுதான் எல்லாரும் நினைச்சவை நானும் அப்படித்தான் நினைச்சனான் ஆனா அப்படியில்லைத் தம்பீ...'

இப்ப நாங்கள் பெரிசாய்த்தான் அதிர்ந்து போனம். இதென்னடா புது சஸ்பென்ஸ். மாஸ்டரின்ர வாயை மட்டுமே நாங்கள் பாத்தம்.

'ஒல்லியனை விட்டிட்டு என்னோடை வாடி எப்படியும் அடுத்த பெருநாளுக்குள்ளை உன்னை... எண்டு ஆரோக்கியநாதன் ஏதோ சொல்லிட்டான். ஒல்லியா இருந்தாலும் அவனின்ர ஓர்மம் பெரிசா இருந்திருக்கு. அதுதான் ஆரோக்கியநாதனை முடிச்சிருக்கு.'

'அந்த சிவனையே பாடாய்ப்படுத்தின இராவணனின் மனசுக்குள்ள சீதை புகுந்ததாலை, இராமனின் அம்பு அவன்ரை நெஞ்சத்தைப் படுத்தின பாடு இருக்கெல்லோ அதை மண்டோதரி சொல்லிச்சொல்லி அழேக்கைதான் இராமனைப் பற்றித் தெரியவந்தது.

'அன்பின்ர வடிவம் எண்டு சொல்லப்பட்ட இராமனே கொடூரமாய் இராவணனின்ர மார்பை அம்புகளால துளைச்சிருக்கிறான் எண்டால் யேசுமணி எந்த மூலைக்கு?

'இந்தக் கம்பராமாயணப் பாட்டை மட்டும் சொல்லுறன் கேளுங்கோ எனக்கு பிடிச்சமான பாட்டு:

"வெள்ளெருக்கம் சடைமுடியான்
வெற்பெடுத்த திருமேனி,
மேலும் கீழும் எள்ளிருக்கும் இடமின்றி,
உயிர் இருக்கும் இடம் நாடி,
இழைத்தவாறோ
'கள்ளிருக்கும் மலர்க்கூந்தல் சானகியை
மனச்சிறையில் கரந்த காதல்
உள்ளிருக்கும்
எனக்கருதி உடல் புகுந்து
தடவியதோ ஒருவன் வாளி?"

இராமனுடைய அம்பு, சிவபெருமான் எழுந்தருளி இருக்கின்ற கயிலையங்கிரியைத் தூக்கியெடுத்த இராவணனுடைய அழகிய உடலில் எள்ளிடுதற்கும் உரிய இடமில்லாதபடி நுழைந்து தேடிச் சென்றதற்குக் காரணம் என்ன என்று மண்டோதரி அழுது புலம்புகிறாள்.

இராமனின் அம்பு, இராவணனுடைய உயிர் அந்த உடலில் எங்கு இருக்கிறது என்று இவ்வாறு சல்லடை போட்டுத்தேடி அலைந்ததா? இல்லையேல் சீதையின்மேல் கொண்ட காதலை இந்த இராவணன் இன்னமும் தனக்குள் எங்காவது ஒளித்து வைத்திருக்கின்றானா என்று தேடித்தேடி அவன் உடலைச் சல்லடை இட்டதா? மாஸ்டர் எழும்பிப் போயிட்டார். எங்களால உடன எழும்ப முடியேல்ல.

எங்களுக்குத்தான் மாஸ்டர் கதை சொன்னார். அவருக்கு அது கதை இல்லை.

இம்மானுவேல் 1

எவ்வளவுதான் அடக்கி வாசிக்க வேணும் எண்டு நினைச்சாலும் அந்த நேரம் எப்படியும் வந்திடும். அந்த நேரத்திலை மௌனமாய் இருக்கிறவன்தான் பாக்கியவான்.

வெள்ளிக்கிழமை இரவுநேரத் தண்ணியாய் இருக்கலாம், ஒரு பூப்புநீராட்டுக் கொண்டாட்டமாய் இருக்கலாம், அல்லது கலியாண வீடோ பிறந்தநாள் விழாவாகவோ இருக்கலாம். எப்பிடி இருந்தாலும் வாய் தண்ணியில நனையத் தொடங்கினவுடன வாய்க்கும் மூளைக்குமிருக்கிற தொடர்பு கொஞ் சப்கொஞ்சமாக் குறையத் தொடங்கிடும்.

ஆறு மாசத்துக்கு முதல்ல நடந்த ஒரு வீடு குடிபுகல் கொண்டாட்டத்துக்குப் பிறகு ஒரு முடிவுக்கு வந்திருந்தன். எந்தக் கொண்டாட்டத்துக்குப் போனாலும் ஓர் அளவான நேரத்தில எழும்பி வீட்டுக்குப் போயிட்டால் உடலுக்கும் நல்லது மனசுக்கும் நல்லது என்டு.

நல்ல தண்ணியிலதான் இருந்தன் எண்டாலும், அண்டைக்கு நடந்த சம்பவம் அப்பிடியே என்ர கண்ணுக்கு முன்னால நிக்குது.

ஆனைக்கோட்டை பொலிஸ் நிலையம் எந்த ஆண்டு, எந்த மாதம் அடிச்சது என்ற விவாதத்தில உருத்திரா எழும்பி வேந்தனுக்கு அடிக்கப்போக, அதைத் தடுக்க குறுக்கை வந்த பாலு அண்ணனுக்கு முகத்திலை அடிபட, அவர் சுழண்டுபோய் கொதிச்சுக்கொண்டிருந்த சொதியிக்கை கையை வைக்க கதை கந்தலாப்போச்சு. பாலு அண்ணர் மூன்று கிழமையாய் மருந்து கட்டிக்கொண்டு திரிஞ்சவர்.

சினிமாவில தொடங்கி, பத்திரிகைச் செய்திகள், பத்திக்கதை எண்டு வளர்ந்து, சாடையாய் இலக்கியமும் கலந்துகலந்து கதைபேச்சு எப்படியும் நடைமுறை அரசியலுக்கு வந்துவிடும். அரசியல் வேண்டாம், வேண்டாம் என்று சொல்லிச்சொல்லியே அந்தச் சகதிக்குள்ள புதைஞ்சு, மாறிமாறிச் சேறு வீசவும் பூசவும் தொடங்கிவிடுவாங்கள்.

கிட்டடியில ஊருக்க போய்வந்த ரமேஷ் இண்டைக்கு மெல்லக் கதையத் தொடங்கினான், 'முன்னாள் பெடிபெட்டையளைச் சந்திச்சனான். ஐயோ! சரியாய் கஸ்ரப்படுகுதுகள்' எண்டான். கூடயிருந்த கண்ணன், 'கள்ள நாய்கள் போருக்கும் ஊருக்கும் என இஞ்சை சேர்ந்த காசு எல்லாத்தையும் களவெடுத்துக் கட்டடங்களும் வீடுகளுமாய் பினாமி பெயர்களிலை வாங்கிப்போட்டு இப்போ கள்ள மௌனம் கொள்ளுறாங்கள்,' எண்டு உரத்த குரலில கத்த, லிங்கன் கோபத்தோட இடை மறிச்சான், 'ஏடேய் நீ எப்பவாவது போராட்டத்துக்குக் காசு கொடுத்தனியோ? ஐந்து சதக் காசு கொடுத்திருக்கமாட்டாய். நீ நியாயம் கதைக்கிறாய்.' எண்டு சொல்ல, கண்ணனுக்கு ஏறிட்டுது. 'டேய் நான் குடுத்தாலென்ன குடுக்காட்டி என்ன? மக்களிட்டைச் சேர்த்த பணத்துக்கு மக்களுக்குக் கணக்குக்காட்ட வேணும்' எண்டான்.

கண்ணனுக்கு உரத்துக் கதைக்கிறது கொஞ்சம் கஸ்ரம். வாழ்க்கையில் முன்னுக்கு வர வேணும் என்று 'ட்றக்' ஓட வெளிக்கிட்டு, வயிறுதான் முன்னுக்கு வந்துநிண்டது. கொஞ்சம் உரத்துக் கதைத்தால் இளைக்கும். கோபம் ஏறினாலும் மெல்லமாய்த்தான் சொன்னான்.

மதி சிரிச்சுக்கொண்டு சொன்னான், 'போராட்டத்துக்குப் பணம் குடுத்தவங்கள் அந்தக் கணக்கைக் கேக்கட்டும். மற்றப் போத்தலை உடையுங்கோடா' எண்டு. எல்லாம் கொஞ்சம் அமைதியாயிட்டுது.

கொஞ்சநேர மௌனத்துக்குப் பின் மதியனே கதைச்சான். 'ஒரு போர் நடத்த உதவி செய்த அமைப்பு இதுக்கெல்லாம் கணக்கு வச்சிருக்காது. வச்சிருக்க முடியாது. எந்தவொரு அமைப்பிலும் நாலு கள்ளர் இருக்கத்தான் செய்வார்கள், அதுக்காக முன்னுக்கு நிண்டு உதவி செய்த முழு அமைப்புக்காறரையும் கள்ளர் என்று சொல்ல இயலாது' என்று சொல்லிக்கொண்டு ஒரு மிடறை உள்ளே விட்டான்.

'அப்ப நாட்டு விடுதலைக்கு எண்டு கொடுத்த காசைத் தனிப்பட்ட ஆட்கள் அனுபவிக்கிறதோ? ஊரிலை இந்தப்

போருக்குப்போய் எஞ்சின குஞ்சுகள் பிச்சை எடுக்குதுகள்' ரமேஷ் தலை குனிஞ்சபடியே சொன்னான்.

மதியனுக்குக் கொஞ்சம் வெறி. எண்டாலும் நிதானமாய்த்தான் தொடங்கினான். 'நாங்கள் தப்பியோடி வந்தாலும் இந்தப் போரிலை எங்களுக்குப் பெரிய பங்கு இருக்குது. இயக்கங்களாய்ப் பிரிஞ்சதுக்குப் பின்னாலை, எல்லோருமாய்ச் சேர்ந்துதான் இந்த யுத்தத்திலை பங்குபற்றினம். அண்டைக்கு இல்லை, இண்டைக்கும் சொல்லுறன், யுத்தம் எங்கள்மேல் திணிக்கப்பட்டதால ஒரு தர்மத்துக்காகத்தான் எங்கடை பெடியள் உயிர் கொடுத்துப் போராடினாங்கள். அதில் சிலவேளை அவங்கள் தர்மம் இல்லாமலும் நடந்திருக்கலாம், அது வேறை. அந்தப் போருக்கு வெளிநாட்டிலை இருக்கும் தங்கட சகோதரங்களிடம் உதவி கேட்டாங்கள். இவங்களும் பணம் சேகரிச்சுக் குடுத்தாங்கள். ஆனா போர் தோல்வியில முடிஞ்சுது. மிஞ்சின காசை என்ன செய்யிறது? கொடுக்கிறது எண்டால் யாரிட்டைக் குடுக்கிறது?' எண்டு சொல்ல, அதுவரைக்கும் சத்தமில்லாம ரெண்டு மூண்டு பெக் அடிச்சிட்டிருந்த அத்தார் ஆத்திரத்தோட கத்தினார்.

'டேய் என்ரை சொந்த மச்சான் தன்ரை தங்கச்சியின்ரை கலியாணத்துக்குக்கூட ஒருசதக் காசு குடுக்கேல்லை. இறுதி யுத்தம் எண்டு சொல்லித்தான் குடியிருந்த வீட்டை றீமோட்கேஜ் பண்ணி உவங்களுக்குப் பெருங்காசு குடுத்தவன். அந்தக் காசு எல்லாத்தையும் ஊருக்கு அனுப்பியிருப்பாங்களெண்டு சொல்லுறியோ? கள்ளப் பயலுகள்' என்று சொல்லி முடிக்குறத்துக்குள்ள, சுரேன் 'ஏடேய் பிரசங்கத்தை நிப்பாட்டடா, சுயநலம் இல்லாம நாட்டுக்காக வேலை செய்த சிலபேரையும் எனக்கும் தெரியும்' எண்டான்.

அத்தார் விடேல்ல, 'அது ஒரு கொஞ்சப்பேர், அவங்களை விடு. எரியிற வீட்டிலை புடுங்கினது லாபம் எண்டு ஏப்பம் விட்டவங்கள எனக்குத் தெரியும். வீடு கட்டாயம் எரியும் அப்ப பிடுங்குவம் எண்டு தெரிஞ்சு காத்திருந்து பிடுங்கினவங்களையும் தெரியும்.'

மதியன் எண்ணெய ஊத்தினான். 'இரத்தக் காசடா! எரிஞ்சவங்கள் போக எஞ்சினவங்கள் மறியலிலையும் ஊரிலையும் பிச்சை எடுக்கிறாங்கள். இந்தப் பழி இவங்களைச் சும்மாவிடாது, உவங்கடை பிள்ளைகுட்டிகளையும் இது விடாது.'

'நீ யாரையடா சொல்லுறாய்? பெயர்களைத் துணிஞ்சு சொல்லன்' எண்டு கண்ணன் கோபமாகச் சொல்ல, மதியன்

‘உன்ரை சில நண்பர்மாற்ரை பெயரும் இதில வருமடா. எடேய் வெளிநாட்டுகாறராலைதான் இந்தப் போர் தோத்துப்போனது’ எண்டான்.

சபை இறுக்கமான நிலைக்குப் போனது.

எனக்குச் சொதியில அவிஞ்ச பாலு அண்ணனின்ர கைதான் ஞாபகத்திற்கு வந்தது.

இதை இப்பிடியே விடுவம் எண்டில்லாம, மதியன் கடுமையாக் கதைக்கத் தொடங்கினான். வெறியும் கணிசமாய் ஏறிட்டுது. வாயும் குளறத் தொடங்கிட்டுது. அவனுக்கு வாய் குளறினால் கைகால் வேலை செய்யத் தொடங்கிடும்.

‘குடிச்சோமா கொறிச்சோமா எண்டில்லாமல் தண்ணியைப் போட்டிட்டு, நல்லாய் நியாயம் கதைப்பம். நாளைக்கு வெள்ளன எழும்பி எங்கடை நாளாந்த யாழ்ப்பாண வாழ்க்கைக்குத் திரும்பிருவம். இனி இன்னொரு தண்ணிப் பாட்டியிலைதான் ஊர் ஞாபகம் வரும்’ என்றான் கண்ணன்.

யாரோ ஒருவர் ‘பொத்தடா வாய்’ எண்டார்.

இதுதான் அந்த அளவான நேரம் எண்டுறது எனக்குத் தெரிஞ்சுபோச்சுது. விடிய ஐந்து மணிக்கு வேலை எண்டு சொல்லிக்கொண்டு நான் நைசா மாற வெளிக்கிட்டன். வழக்கம்போல சிலபேர் மறிச்சுப் பாத்தாங்கள். என்ர கார் வெளிக்கிட்டிட்டுது.

கார் ஓடஓட அந்தக் கதைபேச்சுக்குள்ளதான் என்ர மனம் இருந்திச்சுது. நண்பர் ஒருவர் அடிக்கடி சொல்லுறவர், ‘கனகாலமாய் ஈழத்தமிழர் உலகம் மனநோயாளியாகி மனநோய் விடுதியிலைதான் வாழுது. இப்ப அந்த மனநோய் விடுதி மனநோயாளரின் கட்டுப்பாட்டிலேயே போட்டுது.’ ஏனோ இது இப்ப ஞாபகத்திற்கு வந்தது.

ஊருக்குப் போனாலும் உறவினர்களுக்கு உதவி செய்தாலும் அவங்களும் வெளிநாட்டிலிருந்து வந்தவங்கள் எண்டால் கொஞ்சம் நக்கலாய்த்தான் பார்க்கினம். நாங்களும் போராலை துன்பப்பட்டுத்தானே புலம்பெயர்ந்தம். இன்றைய தோல்விக்கும் துயரங்களுக்கும் புலம்பெயர்ந்தவர்கள் மட்டும்தான் பொறுப்பா? இதுவரை நான் வெளியில் சொல்லாத, எனக்குத் தெரிஞ்ச ஒரு புலம்பெயர்ந்தவனின்ர கதை ஞாபகத்திற்கு வந்தது.

எங்கடை ஊரிலை பண்டிதர் ஆரோக்கியநாதர் என்ற ஒருவர் இருக்கிறார். நல்ல நேர்மையான ஆள். சோலி சுரட்டு

இல்லாதவர். ஆளுக்குச் சாடையான வாக்குக் கண். அதற்காகச் தேரைப் பார்க்கிறன் எண்டுட்டுச் சப்பறத்தைப் பாக்கிற வாக்கு இல்ல.

ஊரிலை ஏதாவது கூட்டங்கள் என்றால் அவர்தான் பேச்சாளர். குறிப்பாகத் தமிழரசுக்கட்சிக் கூட்டங்களில பேசுவார். ‘எடடா கொலை வாளினை’, ‘கண்ணீர் விட்டோ வளர்த்தோம்’ இப்படியான பாடல்களை முழுசாப் பாடுவார்.

எங்களுக்குப் பெரிசா ஆளைப் பிடிக்காது. நாங்கள் பெடியளாய்த் திரியேக்கை அவரைக் கண்டால், மணி எண்டிற என்ரை நண்பன் ஒருத்தன் ‘வாக்கு வரும், செல்வாக்கு வரும்’ எண்டு பாடத் தொடங்குவான். நான் மற்றப்பக்கமாய்ப் பார்த்துக்கொண்டு நிப்பன். ஏனென்றால் அவற்ரை இரண்டாவது மகன் என்னோடை படிக்கிறவன். பண்டிதர், மணியைப் பார்த்து ‘வாறன்ரா உன்ரை கொப்பரிட்டை, பிள்ளையை வளர்த்து வச்சிருக்கிறான்’ எனத் திட்டுவார். அதுக்கு மணியன், ‘பண்டிதர், நான் சீர்காழி பாடிய பாட்டைத்தான் பாடினனான். உங்களைப் பற்றி ஒண்டும் சொல்லேல்ல’ எண்டு சமாளிப்பான். பண்டிதர் கூட்டமாய்ப் பெடியள் நின்றால் விலத்தித்தான் போவார்.

நான் அவற்ர இரண்டாவது பெடியனிட்ட அடிக்கடி போவேன். நல்ல கெட்டிக்காறன். வீட்டுப் பாடம் செய்வதற்கு உதவி செய்வான்.

நான் போய்வாற காலத்திலைதான் பண்டிதருக்குக் கடைசிப் பெடியன் பிறந்திருந்தான். இம்மானுவேல் எண்டு பெயர். தகப்பனைப்போலச் செல்ல வாக்கு, சுருளமுடி, யாநிறம். நல்ல அழகான குழந்தை.

பண்டிதற்ரை மூத்தவனுக்குப் பல்கலைக்கழகம் முடிச்ச கையோடு வேலையும் கிடைச்சிட்டுது. ஏதோவொரு அசம்பாவிதத்தில பூவரசங்குளத்தில வைச்சு ஆமிக்காறர் பஸ்சாலை இறக்கி அவனைச் சுட்டுப்போட்டாங்கள். அந்தச் செத்த வீட்டைப்போல ஒரு சோகமான செத்தவீடு என்ர ஊரில இதுவரை நடந்ததா ஞாபகமில்ல.

இந்தச் சம்பவத்திற்குப் பிறகு பண்டிதற்ரை இரண்டாவது பெடியனோட நான் நெருக்கமாய்ப் பழகி, அவன்ரை துன்பத்துக்கு ஆறுதலாய் இருந்தன். அப்ப நான் அட்வான்ஸ் லெவல் பெயில் பண்ணியிருந்தன். அவன் பாஸ் பண்ணிப்போட்டுப் பல்கலைக்கழக அழைப்புக்காகக் காத்திருந்தான். இதுக்கிடையில ஒருநாள் என்னோடை கதைக்கவேணும் எண்டு சொல்லி மதவடிக்குக் கூட்டிக்கொண்டு போனான்.

‘நான் ஒரு இயக்கத்துக்குப் போகப்போறன். நீயும் வாறியோ?’ எண்டு கேட்டான்.

நான் திகைச்சுப்போனன். ‘நீ உப்படிப்போ நான் இப்படிப் போறேன்’ எண்டு சொல்லிப்போட்டு நான் வந்திட்டன். பிறகு அவன் இயக்கத்திற்காக இந்தியா போய்விட்டான். இரண்டு மூன்று மாதத்தில நானும் வேலைக்காகக் கப்பல் ஏறிட்டன்.

நான் இப்படியே ஊர் ஊராய் அலைஞ்சு கடைசியா இஞ்சை வந்து செட்டிலாயிட்டன். பண்டிதர் குடும்பமும் ஊரைவிட்டு வேறை எங்கையோ போயிட்டினம் எண்டு கேள்விப்பட்டன். நான் மெல்லமெல்ல அவையள மறந்தும் போனன்.

வேறை ஒரு வேலையா நான் ஐரோப்பாவுக்குப் போயிருந்தன். அங்க தற்செயலாய்த்தான் இம்மானுவேலைக் கண்டன். அவனும் என்னை நல்லா ஞாபகம் வைச்சிருந்தான்.

அவன் இப்ப ஒரு பொறியியலாளர். கடலுக்கு நடுவில பிளாட்போம் போட்டு எண்ணெய் எடுக்கிற ஒரு கொம்பனியில முக்கிய பதவியில இருந்தான். தன்ர அப்பா, அம்மா சுகமாக இருக்கினம் எண்டும் இரண்டாவது அண்ணன் இயக்கத்தில் முக்கிய பொறுப்பில இருக்கிறான் எண்டும் சொன்னான். மூண்டாவது அண்ணன் ஒரு சிங்களப் பெண்ணைக் கல்யாணம் முடிச்சுக் கொழும்பில இருக்கிறதாகவும் சொன்னான். அவன்ர போன் நம்பரை வாங்கிக்கொண்டு நான் வந்திட்டன்.

ஒருநாள் போன் எடுத்தான். தன்ரை சின்னண்ணன் சண்டையில இறந்த விசயத்தைச் சொன்னான். இது எதிர்பார்த்ததுதான் எண்டாலும் இம்மானுவேலுக்கு ஆறுதல் சொல்றது கஸ்ரமாய்க் கிடந்துது. தான் ஊருக்குப்போய் இயக்கத்தில சேரப்போறதாய்ச் சொன்னான். நான் என்ர பங்குக்குத் தடுத்துப் பாத்தன். ஆனால் இம்மானுவேல் உறுதியாக இருந்தான். இது நடந்து நாலைஞ்சு மாசம் போயிருக்கும். இம்மானுவேலின்ரை போன் வந்தது. தான் ஊருக்குப் போய் இயக்கத்திலை சேர வெளிக்கிட்ட கதையைச் சொன்னான்.

தான் ஊருக்குப் போய் இயக்கத் தலைமைகளச் சந்திச்சுத் தன்னை இயக்கத்தில் சேர்க்கும்படி மன்றாடிக் கேக்கேக்கை அவர்கள் தன்ர குடும்ப நிலைமையைக் காரணம் காட்டி திரும்பவும்போய் வெளிநாட்டில வேலை செய்துகொண்டு வேறு வகைகளில தங்களுக்கு உதவிசெய் எண்டு சொன்னதாகவும்; தங்களுக்கு இக்கட்டான நிலைமை வந்தா தாங்கள் வேறு பொறுப்புக்குக் கூப்பிடுறதாகவும் சொல்லித் தன்னைத் திரும்பி அனுப்பிப் போட்டாங்கள் எண்டான். தனக்கு இப்ப எப்பவும்

ஊர் நினைப்பும் போராட்டத்தில் ஈடுபட்டவர்களுக்கு உதவி செய்ய வேணும் எண்ட முனைப்பும்தான் இருக்குது எண்டும் சொன்னான். நானும் பெரிசா ஒண்டும் கதைக்கேல்ல. உன்ர வாழ்க்கைய முதல்ல கவனி எண்டு சொல்லிப்போட்டுப் போனை வைச்சிட்டன்.

அதுக்குப் பிறகு கனகாலம் கதையில்லை. சில ஆண்டுகளும் கடந்துபோச்சுது. போரும் தோல்வியில முடிஞ்சு போயிட்டுது. இடைக்கிடை இம்மானுவேலப் பத்தி யோசிப்பன்.

இம்மானுவேல் 2

தற்செயலாக அவன் வாழ்ந்த நாட்டில வாழுற எங்கட ஊரவன் ஒருவனை இங்க கண்ட இடத்தில இம்மானுவேலைப் பற்றி விசாரிச்சன்.

'ஓம் ஓம் அங்கதான் இருக்கிறான். இடையில கொஞ்சக்காலம் ஆளில்ல. இப்ப ஒரு பூனைக்கண் பெட்டையோடை இருக்கிறான். அதுவும் ஒரு

செல்வம் அருளானந்தம்

குழந்தைக்குத் தாய்க்காரி. எங்கையிருந்து கூட்டிக் கொண்டு வந்தானோ தெரியேல்ல' எண்டு நக்கலாய்ச் சொன்னான். எங்கடை யாழ்ப்பாணத்துச் சாராசரித் தமிழனால இதைவிட எப்படிக் கதைக்கேலும்?

அவன்ர கதைய என்னால நம்ப முடியேல்ல. இம்மானுவேலின்ர போன் நம்பரை வாங்கி, நாலைஞ்சு தரம் கூப்பிட்டிருப்பன். அவனைப் பிடிக்க முடியேல்ல. ஆங்கிலம் தெரியாத ஒரு பெண்தான் ஏதோ பாசையில பதில் சொல்லுவா. ஒரு உயிர்த்த ஞாயிறு அண்டைக்கு அவனைத் தொலைபேசியில பிடிச்சுப்போட்டன்.

'என்ன கலியாணம் முடிச்சிட்டியோ' எண்டு கேக்க, 'ஓம்' எண்டான். 'இடையில எங்க போனனி,' எண்டு கேக்க, பதில் ஒண்டும் உடன சொல்லேல்ல. பிறகு அவனே சொன்னான்.

'அண்ண, போனில ஒண்டும் கதைக்கேலாது. நீங்கள் என்ர அண்ணற்ரை நண்பர். உங்களுக்கு ஒண்டும் ஒழிக்க விரும்பேல்ல. அதோட நம்பிக்கையான ஆரிட்டையாவது நான் இதுகளச் சொல்ல வேணும். உங்கட வீட்டு விலாசத்தைத் தாங்கோ. கடிதமாய் எல்லாத்தையும் எழுதுறன். அப்பா, அம்மாவுக்கு எதுவும் தெரியாது. சொன்னாலும் அவையாளல எதையும் விளங்கிக்கொள்ள ஏலாது' எண்டு சொன்னான்.

ஒருநாள் அவன்ர கடிதம் வந்தது. பண்டிதரின் மகன்தானே, அழகான தமிழில் எழுதியிருந்தான்.

"அண்ணா, நான் இனி எப்போதும் ஊருக்குப் போவதாக இல்லை. நான் நேசிக்கும் மண் அது. விடுவிக்கப்பட்டிருக்க வேண்டும். வீழ்ந்து கிடக்கிறது. நீங்கள் வாழும் கனடாவிலிருந்து பலர் அடிக்கடி ஊருக்குப் போய்வருவதாக அறிகின்றேன். நீங்களும் போய்வரக்கூடும்.

நீங்கள் என் அப்பாவை நன்கு அறிவீர்கள். என்னைப் பற்றி விடை தெரியாத பல வினாக்களோடு அவர் அலைந்து திரிகின்றார். நீங்கள் அவரைச் சந்திக்க வேண்டும். என்னைப் பற்றி, என் திருமணம் பற்றி விளக்கமாக எடுத்துக்கூற வேண்டும். அதற்காகவும் எல்லாவற்றையும் இதில் விபரமாக எழுதுகிறேன்.

2006க்குப் பிறகு சண்டை உக்கிரம் அடைந்ததை நீங்கள் அறிவீர்கள். அவ்வேளை இயக்கத்தின் முக்கியப் பொறுப்பிலிருந்த ஒருவர் என்னை அழைத்தார். இப்போது ஆட்கள் பற்றாக்குறை ஏற்பட்டுள்ளது. ஓர் உதவியொன்று செய்ய வேண்டும். குறிப்பிட்ட ஒரு நாட்டுக்குச் சென்று சில பொறுப்புகளை ஏற்க வேண்டும்.

ஏற்கனவே பொறுப்பிலிருப்பவர் இனி நாட்டுக்குத் திரும்ப வேண்டும். முடியுமா? எனக் கேட்டார்.

நான் உடனே சம்மதித்தேன். குறித்த அந்த நாட்டுக்குச் சென்றேன். சண்டைக்குத் தேவையான பல முக்கியமான பொருட்கள் அந்த நாட்டிலிருந்துதான் சென்றுகொண்டிருந்தன. அங்குசென்ற சில வாரங்களில் என் பணி என்ன என்பதைத் தெளிவாகத் தெரிந்துகொண்டேன். அங்கு பொறுப்பாக இருந்தவரும் வேறு சிலரும் ஊருக்குத் திரும்பப் பொறுப்புகளை நான் எடுத்துக்கொண்டேன். எனக்கு இரண்டொருவர் உதவிக்கு இருந்தனர்.

திடீரென ஒரு அவசர ஓடர் ஊரிலிருந்து வந்தது. முன்னாள் பொறுப்பாளர் ஒருவர் பேசினார். ஒரு இரசாயனப்பொருள் தேவைப்படுகிறது. இன்ன இடத்தில் அதை வாங்க வேண்டும். கடல் வழியாகப் பாதுகாப்பாக அதை அனுப்ப வேண்டும். கடலில் அதை நாம் பெற்றுக்கொள்வோம் என்றார். பணியை மிகக் கவனமாகச் செய்து முடிக்க வேண்டும் என்று திரும்பத் திரும்பக் கூறினார்.

'இப்பணியைச் செய்து முடிக்க மூன்று நான்கு பேராவது வேண்டும். இப்போது ஒருவர்தான் இருந்தார். இப்பணிகள் பற்றிய அனுபவம் அவருக்கு இருந்தது. இங்கு இந்த நாட்டைச் சேர்ந்த சிலரைக் கூலிக்குப் பிடித்து இந்த வேலையைச் செய்து முடிக்கலாம் என்றார். 'எனக்குச் சிலரைத் தெரியும்' என்றார். நானும் சம்மதித்தேன்.

இவ்வாறான சிறிய பணிகளுக்கு உதவிசெய்த ஒருவரின் வீட்டுக்கு அழைத்துச் சென்றார். அது ஏறத்தாழ சேரியைப் போன்ற இடமாக இருந்தது. கடலோடிகள்தான் அங்கு அதிகமாக வாழ்ந்தனர். ஒரு வீட்டுக்குச் சென்று கதவைத் தட்டினோம். ஒரு அழகான இளம்பெண் கதவைத் திறந்தார்.

என்னுடன் வந்தவருக்கு அந்த நாட்டு மொழி தெரியும். சைகை மொழி அதிகம் பயன்படுத்த அவசியம் இருக்கவில்லை. தாங்கள் தேடிச் சென்றது தன்னுடைய அண்ணன்தான் என்றும் இரு மணி நேரத்துக்குப்பின் அவர் வருவார் என்றும் அவள் சொன்னாள்.

எமக்குப் பணி முக்கியமாக இருந்தது. இரு மணி நேரம் கழித்து நாம் மீண்டும் சென்றோம். அப்பெண்ணே கதவைத் திறந்தார். அண்ணனை அழைத்து வந்தார். தூக்கத்திலிருந்து எழும்பிவந்த அவர், எங்களைக் கண்டவுடன் தன்னை உற்சாகப் படுத்திக்கொண்டார். என்ன சண்டை தோல்வியில

செல்வம் அருளானந்தம்

போகுதுபோல, எல்லாம் கேள்விப்பட்டுக்கொண்டுதான் இருக்கிறன் என்றார்.

என்னோடு வந்தவர் விசயத்தை விளக்கமாகச் சொன்னார். இது பெரிய வேலையாக இருந்தது. அவர் கொஞ்சம் தயங்கினார். தான் இப்போதுதான் வேறு வேலை செய்துவிட்டு வந்ததாகவும் இங்கு வேறு ஆளைப் பிடிப்பது கஸ்டம் என்றும் கூறினார்.

இப்பணிக்கு இவ்வளவு தொகை தருவோம் என்று நாங்கள் கூற, சம்மதித்த அவர் உதவிக்கு இன்னுமொரு ஆளும் வேண்டும் என்றார். நான் ஆளை ஒழுங்கு செய்கிறேன். இதேயளவு பணம் தருவீர்களா என்று கேட்டார். நாங்கள் சம்மதித்தோம்.

அதே வீட்டில் வாழ்ந்த அந்த இளம் பெண்ணின் கணவனான ஓர் இளைஞனை அவர் அழைத்துவந்தார். அந்த இளைஞனும் சம்மதித்தான். அந்த இளைஞன் மீண்டும் உள்ளே செல்ல, பெரும் அழுகைச் சத்தம் கேட்டது. அந்தப் பெண் குரலெடுத்து அழுவது புரிந்தது.

உள்ளே சென்றுவந்த தமையன், குழந்தைக்குச் சுகமில்லை, மருத்துவரிடம் செல்ல வேண்டும், இந்தப் பணிக்குப் போக வேண்டாம் என்று அழுகிறாள் என்றார்.

வீட்டுக்கு வெளியே எம்மை அழைத்துவந்த அவர், நாளை காலை 5 மணிக்கு நாங்கள் அந்தப் பொருளுடன் வள்ளத்தில் புறப்படுகிறோம் என்றார். என்னுடைய நண்பரையும் சேர்த்து மூவரும் நாளை காலை புறப்படுவது முடிவாயிற்று. அவர் வீட்டுக்குள் மீண்டும் சென்றோம். அந்தப் பெண் தேநீர் தந்தாள்.

மறுநாள் அதிகாலை ஐந்துமணிக்குப் பொருட்களை ஏற்றமுடியவில்லை. எட்டு மணிக்குத்தான் வள்ளம் புறப்படக்கூடியதாக இருந்தது. நான் நீண்டநேரம் வள்ளம் போன திசையைப் பார்த்துக்கொண்டு கடற்கரையிலேயே இருந்துவிட்டேன். எனக்கு இது முதல்பணி. உள்ளே எழும் அச்ச உணர்வைத் தவிர்க்கமுடியாமலுமிருந்தது.

இரு தரப்புமே என்னுடன் தொடர்பில் இருந்தார்கள். ஒரு கட்டத்தில் இங்கிருந்து புறப்பட்டவர்களின் தொடர்பில்லாமல் போய்விட்டது. ஊரில் இருப்பவர்கள் வந்தவர்களைக் காணவில்லை என என்னைத் தொந்தரவு செய்தார்கள். எனக்கு என்ன நடந்தது என்றும் தெரியவில்லை. என்ன செய்வது என்றும் புரியவில்லை. இரவாகிவிட்டது. கடற்கரையில் ஒரு மரத்தடியில் குந்தியிருந்தேன்.

நான் இருக்கும் இடமறிந்து அந்தப் பெண் பேய் போல் ஓடிவந்தாள். கடலில் சென்ற வள்ளமொன்று வெடித்து

அதில் சென்ற 3 பேர் இறந்துவிட்டனர் என்று வானொலியில் கூறியதாகவும் அது இந்த மூன்று பேருமாகத்தான் இருக்க வேண்டும் என்றும் கூறிப் பெருங்குரலெடுத்து அழுதாள்.

அவள் மொழி முழுமையாகப் புரியவில்லை என்றாலும் அவள் உடல்மொழியைக்கொண்டு நான் விடயங்களை விளங்கிக்கொண்டேன். அதிர்ச்சி தலைக்கேறியது. எல்லாமே சூனியமாகிவிட்ட நிலை. அவளையும் அமைதிப்படுத்த முடியாமல் கனமேறிய மனத்தோடு அவ்விடத்தைவிட்டு அகன்றேன்.

மற்றுமொரு நண்பர், நாட்டின் தலைநகரில் நின்றார். அவரை அழைத்தேன். தகவலைக் கூறிவிட்டு, ‘நான் ஐரோப்பா திரும்ப வேண்டும், விமானச்சீட்டை ஒழுங்கு செய்’ எனக் கூறிவிட்டு, உடனே புறப்பட்டுத் தலைநகர் சென்று ஐரோப்பா வந்துவிட்டேன்.

தலைக்கேறிய அதிர்வும் மனதேறிய கனமும் குறைந்த பாடில்லை. மனசாட்சி என் தூக்கத்தை விரட்டியடித்தது. பைத்தியமாகிவிடுவேனோ என்ற எண்ணமும் வரத்தொடங்கியது. அந்தப் பெண்ணும் குழந்தையும் குளறுவதுபோல் காட்சி மனதில் எழுந்துகொண்டேயிருந்தது. இந்நிலையில் போரும் முடிவுக்கு வந்துவிட்டது.

என்னால் முடியவில்லை. மீண்டும் புறப்பட்டு அந்த நாட்டுக்குச் சென்றேன். அங்கிருந்த நண்பரும் அங்கு ஒரு பெண்ணைத் திருமணம் செய்து, யாருக்கும் தன்னைத் தெரிவிக்காமல் வாழ்ந்துகொண்டிருந்தார். அவரையும் கூட்டிக்கொண்டு அந்தப் பெண்ணின் வீட்டுக்குச் சென்றேன்.

ஏதாவது பணம் கொடுத்து அவளைச் சமாளிக்க வேண்டும் என்ற எண்ணமே இருந்தது. முதலில் என்னிடம் அதிகளவு பணம் இருக்கவில்லை. வாங்கிக்கொண்டாள். அவளின் ஆறுதலுக்காக நானும் நண்பரும் அவ்வப்போது அங்கு போய்வந்தோம். இப்போது எங்கள்மீது அவளுக்குக் கோபம் இருக்கவில்லை. எல்லாம் விதி என்றாள்.

அவள் அந்தப் பகுதி ஆளில்லை; பிழைப்புக்காக வந்தவர்கள் என்று அறிந்தேன். அவளுக்குச் சொந்தபந்தம் என அங்கு யாரும் இருக்கவில்லை.

நான் ஐரோப்பா திரும்பும் நிலையில் அங்கு சென்று அவளுக்குக் கணிசமாகப் பணம் கொடுத்துவிட்டுத் திரும்ப விரும்பினேன்.

அவள் மறுத்துவிட்டாள். ‘உங்களால் முடிந்தால் என்னையும் பிள்ளையையும் ஐரோப்பாவுக்கு அழைத்துச் செல்லுங்கள்.

ஏதாவது வேலைசெய்து நாங்கள் பிழைத்துக்கொள்வோம்' என்றாள்.

நான் திடீரென ஒரு முடிவுக்கு வந்தேன். இந்த முடிவுதான் எனக்கு அமைதியைத் தரும் என்றும் கருதினேன்.

உங்களுக்கு விருப்பமென்றால் நான் உங்களைத் திருமணம் செய்து அழைத்துச் செல்லலாமா எனத் தயக்கத்தோடு கூறினேன்.

மூன்றே மாதத்தில் அவர்களை ஐரோப்பாவுக்கு அழைத்து வந்தேன். மனதுக்கு அமைதியாகவும் மகிழ்ச்சியாகவும் இருக்கிறது. என்னைத் தெரிந்தவர்கள் ஊரார்கள் என்னைப்பற்றிப் பலவிதமாகப் பேசிக்கொள்கிறார்கள். அதைப்பற்றி எனக்கு வருத்தமில்லை. நான் யாருக்கும் விளக்கம் கூறப் போவதுமில்லை.

அந்தப் பெண்ணும் பிள்ளையும் தங்களுடைய துயரத்தை மறந்து என்னோடு மகிழ்வாகவே இருக்கின்றனர். இதுபோதும் எனக்கு.

அண்ணா, நடந்தவற்றை உங்களுக்கு எழுதியிருக்கிறேன். என்னை நீங்கள் புரிந்துகொண்டிருப்பீர்கள் என நம்புகிறேன். என் அப்பா என்னைப் புரிந்துகொள்ள வேண்டும். என் வாழ்வின் முழுமையான நிறைவு அதிலேயே தங்கியிருக்கிறது. நீங்கள் மீண்டும் ஐரோப்பா வரும்போது என்னைக் கண்டிப்பாகச் சந்தியுங்கள். நன்றி."

இம்மானுவேலின் கீடிதம் எனக்குள்ள ஏற்படுத்தின அதிர்வுகள் மிகப் பெரிசு. இந்தக் கடிதம் எனக்குள்ள ஏற்படுத்தின தாக்கத்தில இருந்து கனகாலத்துக்கு என்னால வெளியில வரமுடியாமல் இருந்திச்சுது. அவன் சராசரி மானுட நடத்தைகளுக்கு மேலாக உயர்ந்து நின்றான்.

கடந்த தடவ ஊருக்குப் போனபோது இம்மானுவேலின்ரை தகப்பனைத் தேடிப் போனன். அப்ப அவர் வீட்டில இல்லை. சம்பந்தற்ரை கூட்டம் ஒண்டில பேசிக்கொண்டு நிற்கிறார் எண்டு யாரோ சொன்னார்கள். அங்க தேடிப்போனபோது 'பேர் இடர் நேரம் பெரும் மழைக்காலம்' எண்டு பண்டிதர் கவிதையில் பேசிக்கொண்டு நின்றார்.

கூட்டம் முடிய அவருக்குக் கிட்டப் போனன். அவர் என்னை அடையாளம் கண்டு கிட்டவந்தார்.

பண்டிதர் கிழவனாகி வாடியிருந்தார். ஆனாலும் ஓர்மம் குறையேல்லை. ஓரமாய் அவரைக் கூட்டிக்கொண்டு வந்து கதைக்கத் தொடங்கினன்.

இம்மானுவேலின்ர விசயங்கள ஒவ்வொண்டாய்ச் சொன்னன். ஒண்டும் கதைக்காமக் கவனமாய்க் கேட்டார்.

என்ர கையப் பிடிச்சுக்கொண்டு மெல்லமெல்ல நடந்தார். திடீரெண்டு நிண்டார்.

'மூத்தவனை அநியாயமாய் ஆமிக்காறங்கள் கொண்டாங்கள். அந்தத் துயர் முடிய முதல்ல உன்ரை சிநேகிதன் அதுதான் என்ரை இரண்டாவது மகன், போரிலை செத்ததைக் கேள்விப்பட்டபோது இரண்டு மூண்டு மாசம் துக்கம் தாங்கமுடியேல்லை. பிறகு அதே ஒரு பெருமையாப் போச்சு. இப்ப என்ர கடைசி மகனைப் பற்றி நீ சொல்லேக்கை அதைவிடப் பெருமையாய் இருக்கு' எண்டு சொன்ன பண்டிதர், எனக்காகக் காத்திருக்காமல் விறுவிறுவெண்டு நடக்கத்தொடங்கினார்.

இம்மானுவேல் எனக்குள்ள ஏத்தியிருந்த பாரம் மெல்லமெல்லக் கரையத் தொடங்கிட்டுது.

மண் கடன் 1

நான் ஒரு கதை சொல்லட்டா? சொல்லுற எனக்கே இந்தக் கதைய நம்புறது கஸ்டமாய்க் கிடக்கு. நீங்கள் எப்பிடி நம்பப் போறியளோ தெரியேல்ல.

2014இல ஊருக்குப் போனபோது ஒரு மாதத்துக்கு மேல நிக்கவேண்டியதாய்ப் போச்சு. சண்டிலிப்பாய் தாண்டினவுடன வாற ஒரு சின்னக் குறிச்சிதான் பிப்பிலி. அங்கைதான் நாயகத்தைச் சந்திச்சன்.

'ஒரு பனையில வடிஞ்ச கள்ளு, உன்ரை குளிரிலை உறைஞ்ச உடம்புக்கு நல்லது' எண்டு சொல்லி மரியதாஸ்தான், தன்ர மோட்டசைக்கிளில என்னைக் கூட்டிக்கொண்டு போவான். நிண்ட நாள்களிலே ஒவ்வொருநாளும் பதினொரு மணிக்கு வெளிக்கிட்டிடுவம்.

பிப்பிலியில ஒரு வீட்டுக்குப் பின்னாலை, ஐந்தாறுபேர் இருந்து 'விற்றமின் டீ' நிறைய இருக்கிற அந்தத் தனிப்பனைக் கள்ளைக் குடிப்பம். அதுவும் இனிமையாத்தான் இருக்கும். அதைத்தாற யோவான் அப்புவும் அருமையாய் இருப்பார். அவர் மரியதாஸுக்குச் சொந்தக்காரன்.

அந்த அஞ்சாறு பேரில ஒருவர்தான் நாயகம். நாயகம் குடிக்கிற மாதிரித் தெரியேல்ல. நான் போகேக்கையும் இருப்பார் வெளிக்கிடக்கையும் இருப்பார். ஏதோ பொழுதுபோக்க வந்தவர் மாதிரித்தான் இருக்கும்.

'விற்றமின் டீ இருக்கு எண்டாப்போல கள்ளு வெறிக்காதே?' ஒருநாள் நான் அட்டகாசமாய்ச் சிரிச்சுக் கதைச்சுகொண்டிருக்கேக்க அபூர்வமாய் வாயைத் திறந்தார் நாயகம்.

என்னைப் பாத்து, 'நீங்கள் எங்கையோ வெளிநாட்டில் இருந்து வந்தவரோ?' எண்டார்.

நான் இவருக்கேன் இருக்கிற இடத்தைச் சொல்லுவான் எண்ட எண்ணத்தில 'ஓம் ஓம் பாரிஸிலை இருக்கிறன்' எண்டன். 'பரிஸிலை எங்கை?' எண்டு கேட்டார்.

துபாயிலை துபாய் பஸ் எல்லாம் வந்து நிற்கிற எண்டு ஒரு தமிழ்ப்படத்தில வாற வடிவேல் பார்த்திபன் பகிடி எண்டு நினைச்சுக்கொண்டு, 'நான் சொன்னால் உங்களுக்குத் தெரியப்போகுதே' எண்டன்.

'பரிஸோ இல்ல, அவுட் ஒப் பரிஸோ' எண்டு அவர் என்னை விறைப்பாய்ப் பாக்க, நான் மௌனமாய்ப் போனன்.

நாயகம் என்னோட தொடர்ந்து பிரஞ்சில கதைக்கத் தொடங்கினார். கனடாவுக்கு வந்தபிறகு தெரிஞ்சிருந்த கொஞ்சப் பிரெஞ்சு மொழியையும் அடியோட மறந்த நான் ஒருமாதிரி, தடுமாற்றத்தைச் சமாளிச்சுக்கொண்டு, 'அனியர்' பக்கத்தில இருந்தனான் எண்டன்.

ஓ அது பாரிஸின்னர வடக்குப் பக்கம் என்று தமிழில சொன்னார். கேட்டுக்கொண்டிருந்த யோவான் அப்பு, என்னைப்பாத்து, 'நாயகம், அந்தக் காலத்திலை பிரான்ஸுக்கு போன ஆள் எல்லோ' என்றார்.

அதுக்குப் பிறகு, நான் எவ்வளவோ கேட்டுப்பாத்தும் அந்த ஆள் வாய் திறக்கமாட்டன் எண்டுட்டுது.

நெடுநெடு எண்டு வளர்ந்த உருவம், சுருண்ட நரைமுடி, ஒட்டிய கன்னம், ஆழம் விழாத விழி எல்லாத்தையும் பாக்கப்பாக்க, நாயகத்தோட பேச வேண்டும் எண்ட என்ர துடிப்பு பெருகிக்கொண்டிருந்துது. அடுத்தநாள் நான் சில முயற்சியள எடுத்தன். அவர் என்னோட பேச விரும்பின மாதிரித் தெரியேல்லை.

அதுக்கடுத்த நாள், மரியதாஸ் என்னை அங்கை இறக்கி விட்டிட்டு, யாழ்ப்பாண ரவுணில ஒரு அலுவல் இருக்கு முடிச்சு வரேக்க வந்து ஏத்துறன் எண்டு சொல்லிப்போட்டுப் போயிற்றான்.

வீட்டின்ர பின்வளவுக்குப் போனன். அங்க அண்டைக்கு யோவான் அப்புவும் நாயகமும் மட்டும் இருந்திச்சினம். என்னைக் கண்டவுடன யோவான் அப்புவும் எனக்குத் தாறதைத் தந்திட்டு, 'நாயகத்தோடை இருந்து கதையுங்கோ எனக்கு இன்னும் இரண்டொரு பனையிருக்கு' எண்டு சொல்லிப்போட்டுப் போயிற்றார்.

நான் ஏதும் கதை குடுத்து அந்தாள் கதைக்காட்டி? நான் கதையொண்டையும் தொடங்கேல்ல. நாயகம் தொடங்கினார்.

'கோவியாதையுங்கோ எப்ப பிரான்ஸுக்குப் போனனீங்கள்? எங்கையிருந்தனீங்கள்? எண்டெல்லாம் நேற்றும் கேட்டனீங்கள் நான் பதில் சொல்லேல்ல. பழசுகளை நினைச்சுப் பார்க்க விருப்பம் இல்ல. நான் ஆரோடையும் இதுகளப் பத்திக் கதைக்கிறேல்ல. ஆனா, நீங்கள் பிரான்ஸ் என்றவுடன மனம் எல்லாம் கடந்த காலத்திற்குப் போகுது' எண்டார். 'ஆரோடையும் பேசாத அந்தக் கதையள, ஆருமில்லாத இந்த நேரத்தில உங்களுக்குச் சொல்லோணும்போலக் கிடக்கு' எண்டார்.

இரண்டு நாளா என்ர மனசுக்குள்ள கிடந்த ஆர்வம் உற்சாகமாகத் தலைகாட்டத் தொடங்கிட்டுது. ஆனா விடுப்புக் கேட்கிறமாதிரியும் அவர் விளக்கிக்கொள்ளப்படாது எண்டு எச்சரிக்கையாயும் இருந்தன்.

'சொல்லுங்கோ அண்ண உங்கட கதையள் எங்கட வாழ்க்கைக்கும் எங்கையோ ஓரிடத்தில உதவும்' எண்டன்.

'நான் பிரான்ஸுக்குப் போனது 1981இல' எண்டார்.

நான் நிமிந்து பாத்தன். 'அதெப்பிடி நாங்கள் எல்லாம் கலவரத்துக்குப் பிறகு போன ஆக்கள்' எண்டன்.

நாயகம் தொண்டையச் செல்லமாச் செருமிக்கொண்டு, 'முந்தி ஆனக்கோட்டை பொலிஸ் இருந்த இடம் தெரியுமெல்லோ' எண்டு என்னைப் பாக்க, நான் 'ஓம் தெரியும்' எண்டன்.

'அதுக்குப் பின்னாலைதான் எங்கடை வீடு. ஒரு நாள் விடியப்புறமாய் பொலிஸ் ஸ்ரேசனுக்குள்ளை ஏதோ குளறின சத்தம் கேட்டுக்கொண்டே இருந்திச்சுது. நித்திரை கொள்ள முடியேல்ல. அப்பா மெதுவாக் கேட்டார் 'அங்க ஆர் குளறுகினம் தெரியுமோ? வழமையா பொலீசு அடிச்சு ஆட்கள் குளறித்தான் சத்தம் கேக்கும். இண்டைக்கு பொலீசு குளறுது' எண்டார். எனக்கு விளங்கேல்ல.

'கொஞ்ச நேரத்திற்கு முதல்ல, சிலபெடியள் வந்து இவங்களை சுட்டுப்போட்டுப் போட்டாங்கள். நீ என்ன செய்யிறாய் எண்டா ... விடிய முதல்ல, வெளிக்கிட்டு யாழ்ப்பாணம் போய் மாமி வீட்டை நில். நான் பின்னேரம் வந்து உன்னைக் கொழும்புக்குக் கூட்டிக்கொண்டு போய்க் கொண்ணன் வீட்டை விட்டுவிடுறன்' என்றார்.

'நான் முதல்தரம் ஓ.எல். பரீட்சையில பெயில் விட்டவுடன அப்பருக்கும் என்னைக் வேலைக்குவிட விருப்பம். ஆனா என்னட்டை ஒண்டும் சொல்லேல்ல. தாயில்லாத பொடியன் வேலைக்கு அனுப்பி ஏன் கஸ்டப்படுத்துவான் எண்டு யோசிச்சாரோ தெரியேல்ல.

'ஆனா இப்ப வேறை வழியில்ல. போகச் சொல்லிட்டார். நான் அண்ணரிட்ட போகமாட்டன் என் மறுத்தன்.

'எடேய் விசரா இங்கையிருந்து கடைசியிலை பொலிசிட்டையோ பெடியளிட்டையோ மாட்டுப்பட்டுச் சாகப் போறாய். நாளைக்குப், பாரன் ஆனக்கோட்டை என்ன பாடுபடப்போகுது எண்டு, இப்படி என்னை வெருட்டி கொழும்புக்குக் கூட்டிக்கொண்டு போய்ட்டார்.

'அப்ப எனக்கு 16, 17 வயதுதான். ஆனா பார்த்தா 18, 20 வயது மதிப்பினம். ஒரு வாட்டசாட்டமான பெடியனாத்தான் நான் கொழும்புக்குப் போனன்.

'அண்ணி வரவேற்றார். அண்ணர் மூஞ்சியை நீட்டிக்கொண்டு, இந்தச் சின்ன வீட்டுக்குள்ள இவன் என்னண்டு தங்கிறது? 16

வயதிலை ஆர் வேலை குடுக்கப் போகிறாங்கள்? இங்கிலிஸ் இவனுக்கு ஒரு சொட்டும் வராது எண்டு அப்பாவுக்குக் கதை விட்டுக்கொண்டிருந்தார்.

'அண்ணிதான் இடைமறிச்சா. 'அவனுக்கு நாங்கள் உதவாட்டி ஆர் உதவுறது? நீங்கள் போங்கோ மாமா, நாங்கள் பாக்கிறம்' எண்டு அப்பாவை ஊருக்கு அனுப்பி வைச்சா. ஒரு கிழமைக்குள்ள தன்ர சொந்தக்காரர் ஒருவரைப் பிடிச்சு எனக்கு ஒரு செக்குரிட்டி கார்ட் வேலை எடுத்துத் தந்தா.

'எனக்குக் கொழும்பு தெரியாது. தமிழைத்தவிர வேறை பாஷை தெரியாது. ஆனா வேலை செய்துதான் ஆகவேணும். முதல் நாள் அண்ணர் கூட்டிக்கொண்டு போய், இன்னுமொரு செக்குரிட்டி கார்ட்டிட்டை விட்டுட்டுப் போனார். நல்லவேளை அவர் தமிழ் ஆள். ஒரு ஐம்பது வயசிருக்கும். இரவில ஒரு பெரிய வீட்டைக் காவல் காக்கிற வேலை. முதல் கிழமை ரெயினிங் எண்டார். அவரோடையே அண்டைக்கு வேலைக்குப் போனன்.

'நான் முன் கேற்றில நிற்பன். நீ பின் கேற்றில நிற்க வேணும்' எண்டார். அவரில சாடையான சாராய மணம் வீசிச்சுது. கேற்றுக்குப் பக்கத்தில இருந்த செட்டுக்குள்ள போய் அவர் இருந்திட்டார். நான் பின் கேற்றில போய் நிண்டன்.

'பக்கத்தில கடல் இருக்க வேணும். கண்ணுக்குத் தெரியேல்ல. ஆனால் அலைகளின்ர ஓசை காதில கேட்டுக்கொண்டிருந்தது. அண்ணாந்து பாத்தன். முகில்களுக்கிடையில ஒரு அரைநிலவு தெரிஞ்சுது. ஊரைப் பத்தி யோசிச்சன். மாலதி இப்ப நித்திரையில இருப்பாள். எவ்வளவு நேரம் நிக்கிறது? கால் உளையத் தொடங்க ஒரு கல்லில இருந்திட்டன்.

திடீரென்று முன் கேற்றுக்குக் கிட்ட கார் கோன் அடிக்கிற சத்தம். அது நிக்காம அடிச்சுக்கொண்டிருக்க நான் முன்பக்கம் ஓடிப்போனன். வீட்டுக்குள்ள போறத்துக்கு ஒரு கார் வாசலில நிண்டது. வீட்டுக்காரன்போல. ஓடிப்போய்க் கேற்றைத் திறந்தன். உள்ளுக்கு வந்த காரில இருந்து, ஒராள் இறங்கின வேகத்தில சிங்களத்தில கத்தினார். எனக்கு ஒரு மண்ணும் விளங்கேல்ல. பிறகு இங்கிலீஸில கத்தினார்.

'என்னைக் கூட்டிக்கொண்டுவந்த மற்ற செக்குரிட்டி காட்டைத் தேடினன். வீட்டுப் பூக்கண்டுகளுக்கிடையில பதுங்கிக் கொண்டு பின் கேற்றுக்குப் போய்க்கொண்டிருந்தார். நான் அவரைக் காட்டிக் குடுக்கேல்ல. நித்திரையில இருந்திருப்பார்போல.

‘காரிலை வந்தவர் சிங்களத்திலேயே பேசிக்கொண்டு நிண்டார். பிறகு திருப்பிக் காருக்குள்ள ஏறேக்கதான் ‘இந்தப் பிண்ட மக்கள் எங்கையிருந்து எனக்கெண்டு வாறங்கள்?’ எண்டு அட்சர சுத்தமான தமிழ்த் தூசணம் பேசேக்கதான் எனக்குத் தெரிஞ்சது இவர் தமிழ் ஆள் எண்டு.

காரைக் கொண்டுபோய் கார் செட்டுக்குள்ள நிப்பாட்டிப் போட்டு, திரும்பிவந்த அந்தப் பாவி, நேரா என்னட்ட வந்து கத்த வெளிக்கிட்டார். அவர்தான் அந்த வீட்டு முதலாளி எண்டும், அவர் ஒரு தமிழர் எண்டும் தெளிவாத் தெரிஞ்சு போச்சுது.

ஐயா ‘எனக்குச் சிங்களமோ, ஆங்கிலமோ தெரியாது,’ எண்டு நான் சொன்னன்.

‘உடனே வளவை விட்டு வெளியே போ’ எண்டு பக்கத்து வீடெல்லாம் எழும்புற மாதிரிக் கத்தினார். வேறை வழியில்லை கேற்றைப் பாத்துக்கொண்டு நடந்தன்.

‘எங்க போறது?’ இரவு நேரம், இடம்வலம் தெரியாது. கையில ஒரு சதமும் காசு இல்லை. பின் கேற்றுக்குப்போய் அந்தாளைப் பாக்கவும் விருப்பமில்ல. வேலை முடிய, அண்ணர் வந்து கூட்டிக்கொண்டு போறன் எண்டவர். ‘வேறை வழியில்லை. அந்த வளவுக்குள்ள இருந்த ஒரு மரத்தடியில போய்க் குந்தினன். நித்திரை சுழட்டிக்கொண்டு வந்துது.

திடீரெண்டு பாக்கிறன் வீட்டுக்காரர் சறத்தோட முன்னால நிக்கிறார். கையில சாராயக் கிளாஸ். ‘டேய் உன்னையல்லோ வெளியிலை போகச் சொன்னனான்’ கடுமையா உறுமினார்.

‘கொழும்பு வந்து ஐந்து நாள்தான் ஐயா. எனக்கு வீட்டை போக வழி தெரியாது. விடியத்தான் அண்ணர் வந்து கூட்டிக்கொண்டு போவார். அதுவரைக்கும் இதிலதான் இருக்கப் போறன்’ எண்டு உறுதியாச் சொன்னன்.

‘வீட்டுக்காரர் கொஞ்சம் இறங்கிவந்த மாதிரிக் கிடந்தது. ‘சிங்களமும் தெரியாது, இங்கிலிஸூம் தெரியாது. அப்ப ஏன் கொழும்புக்கு வந்தனீ?’

‘என்னத்தைக் கதைக்க? பேசாம நிண்டன்’

‘உனக்கு எத்தனை வயதடா?’

‘பதினாறு’

‘திடுக்கிட்டிருப்பார்போல... பேசாம நிண்டிட்டு,

‘நீ எந்த ஊர்? என்ன சாதி?’ எண்டார்.

'ஊர் ஆனைக்கோட்டை சாதி தெரியாது. ஏனெண்டால் அம்மா ஒரு சாதி, அப்பா வேறை சாதி எண்டு கடுப்பாய்ச் சொன்னன். வேலை போயிட்டுதுதானே.

'ஆனைக்கோட்டையில எந்தப் பகுதி?' தெரிந்தவர்போலக் கேட்டார்.

'பகுதியின்ர பேரைச் சொன்னன்.

'அப்பாட பெயர் என்ன?' அவர் விடுறதா இல்ல.

'சொன்னன்.

'அப்ப வேலுப்பிள்ளையின்ரை பேரனோ?

'ஓம்' எண்டன்.

'உன்ர கொம்மா செத்துப்போனாவெல்லோ?' எண்டு என்ர கண்ணைப் பாத்தார். நான் தலையாட்டினன். 16 வயதிலை உன்னை வேலைக்கு அனுப்புறான் உன்ர கொப்பன். உன்ர அம்மா எனக்கு ஓரளவுக்குச் சொந்தக்காரி எங்கடை குலம் என்ன கோத்திரம் என்ன ஏதோ சொல்ல வந்தவர் நிப்பாட்டிப் போட்டு...

'சரி சரி, நீ உப்பிடியே இருந்திட்டு விடியப் போ. நாளைக்குக் காலையில உன்ர கொண்ணனையும் கூட்டிக்கொண்டு என்ற ஹோட்டலில வந்து என்னைச் சந்தி' எண்டிட்டு, ஹோட்டலின்ர பெயரையும் சொல்லிப்போட்டு உள்ளுக்கை போயிற்றார்.

விடிய விசயத்தை அண்ணனுக்குச் சொன்னன். 'வேலை போட்டுது எண்டுறாய் முதலாளி வரச்சொல்லுறார் எண்டுறாய். ஒண்டும் விளங்கேல்ல' எண்டு புறுபுறுத்துக்கொண்டு ஹோட்டலுக்குக் கூட்டிக்கொண்டு போனார்.

முதலாளியின்ர அறைக்குப் போய் அண்ணர் தன்னை அறிமுகப்படுத்திக்கொண்டார். அப்பத்தான் இரண்டுபேரும் இரண்டாம் வகுப்புவரைக்கும் படிச்சது ஞாபகம் வந்தது.

படிக்கிற வயதிலை ஏன் வேலைக்கு அனுப்புறீங்கள்? எண்டு முதலாளி கதையத் தொடங்கினார்:

ஆனைக்கோட்டையில் பிரச்சினை அதுதான் அப்பர் இவனை இங்கை அனுப்பினவர். கொஞ்சநாள் கழிய இவன் யாழ்ப்பாணம் போய்ப் படிப்பான் எண்டு அண்ணர் விட்டுக்குடுக்காமக் கதைச்சார்.

'சரி அதுவரைக்கும் இவன் இந்த ஹோட்டலில வேலை செய்யட்டும் நாங்கள் சொந்தக்காரர்தானே' எண்டு சொல்ல, அண்ணருக்கும் திருப்தி.

அண்டைக்கே ரூம் சேர்விஸ் வேலை கிடைச்சது. மொழி இடைஞ்சலாகத்தான் இருந்துது. ஆனா முதலாளிக்குத் தெரிஞ்சவன் என்ற சலுகையில வேலை பிரச்சினை இல்லாமல் போய்ச்சுது.

முதல் மாத சம்பளத்தையும் கிடைச்ச டிப்ஸ்யையும் கொண்டுபோய் அண்ணியிட்டக் குடுத்தன். பெரிசாச் சந்தோசப்பட்டா. அண்ணன்ரை சம்பளத்தைவிட இரண்டு மடங்கு எண்டா.

காலவோட்டத்தில, ஆங்கிலமும் சிங்களமும் வாய்க்குக் கொஞ்சம் வளைஞ்சு கொடுத்துது. வாழ்க்கை நல்லாய்ப் போய்க்கொண்டிருந்தது. ஹோட்டலுக்கு வந்த ஒரு பிரெஞ்சுக் குடும்பம் கிட்டத்தட்ட ஒரு மாசம் அங்க தங்கிச்சினம். அவைக்கு நான்தான் ரூம் சேர்விஸ். அவைக்கு என்னை நல்லாப் பிடிச்சுப்போச்சுது. என்ர வயதை ஒத்த அவையின்ர மகன் என்னோடையே ஒட்டிக்கொண்டு திரிவான். வேலை முடிய ஒவ்வொருநாளும் கோல்பேஸ் கடற்கரைக்குக் கூட்டிக்கொண்டு போகவேணும். அன்னாசி, ஐஸ்கிறீம் எல்லாம் சாப்பிட்டு, கடற்கரை மணலில புரண்டு விளையாடுவான். அவையளுக்கு நல்ல சந்தோசம்.

அவை பாசிக்குடா கடற்கரைக்கு வெளிக்கிட்டிச்சினம். அந்தப் பெடியன் நான் வரவேணும் என்று விடாப்பிடியாய் நிண்டான். அவன்ர தாய் தகப்பனும் முதலாளியிட்டைக் கேட்டு என்னைக் கூட்டிக்கொண்டு போச்சினம். அந்தப் பத்து நாளில நான் அவையோட நல்ல நெருக்கமாயிட்டன்.

பாசிக்குடாவில இருந்து திரும்பேக்க, அந்தப் பையனின்ட தகப்பன், ‘நீ எங்களோட பிரான்சுக்கு வாறியா’ எண்டு கேட்டார்.

நான் ஒண்டும் யோசிக்காமல் ‘யெஸ்’ எண்டு சொன்னன். சந்தோசமா இருந்தது. யாழ்ப்பாணத்தைவிட்டு வெளிக்கிட்டா எனக்கு எல்லாம் வெளிநாடுதானே.

‘உனக்கு அம்மா இல்லை எண்டு சொல்லுறாய். இனி நான்தான் உனக்கு அம்மா நீ நல்ல பிள்ளை. என்ர பிள்ளையைப் போல் உன்னைப் பார்ப்பன் எண்டார்’ அந்தப் பையனின்ர அம்மா. அவவுக்கு ஆங்கிலம் பெரிசா வராது. எனக்கும் அது நல்லா விளங்காது. ஆனா இது நல்லா விளங்கிச்சுது.

அந்தப் பெடியன், நானும் பிரான்சுக்கு வரப்போறன் எண்ட சந்தோசத்தில துள்ளிக் குதிச்சான்.

மண் கடன் 2

நானும் நாயகமும் கதைசுக்கொண்டிருக்கிறம்.
கதை சுவாரசியமாய்ப் போய்க்கொண்டிருக்கேக்க,
இரண்டுபேர் யோவான் அப்புவைத் தேடி அங்க

வந்திட்டாங்கள். அவையக் கண்டவுடன நாயகம் கதையை நிப்பாட்டிப் போட்டார்.

கதை பாதியில நிக்க, எனக்கு விசராப் போட்டுது. வந்தவங்கள் கடுப்போட பாத்திட்டு, 'வளத்த நாய் முகத்தப் பாத்த மாதிரி' நான் நாயகத்தின்ர முகத்தைப் பாத்துக்கொண்டிருந்தன்.

வந்தவங்களோ, பக்கத்தில குந்தி வளவளவெண்டு தங்களுக்குள்ள கதைச்சுக்கொண்டிருந்தாங்கள்.

நான் பொறுமையில்லாம, நீங்கள் கதையின்ர மிச்சத்தைச் சொல்லுங்கோவன் எண்டு கெஞ்சுறமாதிரிக் கேட்டன். நாயகம் வந்தவங்கள உத்துப் பாத்தார். அவங்கள் நாயகத்தைப் பெரிசாக் கவனிக்கேல்ல.

நாயகம் மிச்சக் கதையைச் சொல்ல வெளிக்கிட்டார்; ஆனா ஆங்கிலத்திலை. எனக்கு நல்லா ஆங்கிலம் தெரிஞ்சிருக்கும் எண்டிறது அவற்றை நினைப்பு. தமிழில கதை கேட்கிற சுவாரசியம் இனி இருக்காது. அதோட நான் அரைகுறையா விளங்கி, அவரிட்ட விளக்கமோ கேள்வியோ கேட்க ஏலாது. என்ர முகம் சுருங்கிப் போச்சுது. கண்ணும் பிதுங்கத் தொடங்கிட்டுது. நாயகத்துக்கு விளங்கிட்டுது.

'உங்களுக்கு இங்கிலிஸ் தெரியாதோ?' எண்டு கேட்டார். 'ஓம்' எண்டு உண்மையைச் சொன்னேன். 'என்ன கனடாவில் இருக்கிறன் எண்டு சொன்னியள்?' எண்டு நாயகம் ஒரு கிண்டல் தொனியில இழுத்தார்.

'ஓம் கனடாதான். ஆனா நான் இருக்கிற இடம் ஸ்காபரோ எல்லே. நான் இருக்கிற இடத்திலையும் செய்யிற வேலையிலையும் ஆங்கிலத்துக்குத் தேவையில்ல. அதால அதைப் பெரிசாத் தெரிஞ்சுகொள்ளேல்ல' எண்டன்.

'அது சரி, அண்ண, நீங்கள் எப்பிடி தெளிவாப் பிரஞ்சு பேசுறியள், ஆங்கிலம் பேசுறியள்?' எண்டு அவரை ஒரு தூக்குத்தூக்கி நான் தப்பிச்சன்.

'நான் பிரான்சுக்குப் போய் மூண்டு மாதத்திலை பிரெஞ்சு பேசத் தொடங்கிட்டன். வேறை வழியில்லை. ஆங்கிலம் பேசப் பழகினது ஒரு காதலாலை. சரி அதை விடுங்கோ' எண்டவர் கொஞ்சம் அமைதியாயிட்டார்.

கொஞ்சம் பொறுத்து, நான் 'மிச்சத்தையும்' எண்டு மெதுவாய் இழுத்தேன்.

பக்கத்திலை இருந்த இரண்டு பேரையும் கண்ணால காட்டி, ஆங்கிலத்தில சொன்னார்:

‘இனி என்னால பேச ஏலாது. என்ர கதை இங்க ஆருக்கும் தெரியாது. தெரியிறது எனக்கு விருப்பமும் இல்ல. நீங்கள் வெளிநாட்டுக்காரர். எனக்கு உங்களத் தெரியாது. உங்களுக்கு எனக்குத் தெரியாது. ஏதோ கதைப்புத்தகம் படிச்சமாதிரி என்ர கதையக் கேட்டுப் பிறகு மறந்தும் போயிருவியள். நீங்கள் பிரான்ஸிலையும் இருந்தனீங்கள் எண்டவுடன, ஏதோ பழைய வாழ்க்கையத் திருப்பிப் பார்க்க வேணும்போல இருந்தது. அதால என்ர கதைய உங்களுக்குச் சொல்லாம் எண்டு நினைச்சன், சொன்னன். ஆனா எங்கட ஊர்க்காரர், நான் மண்ணுக்க போனபிறகும் என்ர கதையை நாலு தலைமுறைக்குக் காவிக்கொண்டு திரிவாங்கள். வேண்டாம் இண்டைக்குக் காணும்’ எண்டார்.

இந்த விடயங்கள இந்தப் பாவி, பேப்பரில எழுதப்போறன் எண்டுற விசயம், பாவம் நாயகத்துக்குத் தெரிஞ்சிருக்கேல்ல.

‘நாளைக்கு வெள்ளன வரட்டோ நீங்கள் நிற்பியளோ? எண்டு பவ்வியமாய்க் கேட்டேன், ‘வந்து பாருங்கோவன்’ எண்டார்.

அடுத்த நாள் காலையில மரியதாஸைக் கழட்டிவிட்டிட்டு நான் பஸ் ஏறி நாயகத்திட்டை வந்திட்டன்.

நேத்து மாதிரியே யோவான் அப்புவோட நாயகம் கதைச்சுக்கொண்டிருந்தார். என்னைக் கண்டவுடன, எனக்குத் தாறதைத் தந்திட்டு, ‘நீங்கள் கதைச்சுக்கொண்டிருங்கோ எனக்கு வேலையிருக்கு’ எண்டு அப்பு அங்கால போயிட்டார்.

நான் நாயகத்தின்ர முகத்தைப் பார்த்தன். அவர் உற்சாக மனநிலையிலதான் இருந்தார்.

‘நேத்து எங்க கதையை விட்டனான்?’ எண்டு அவர் யோசிக்க,

‘நீங்கள் தத்துப்பிள்ளையாய் பிரான்ஸுக்குப் போறதுக்கு வெளிக்கிட்ட இடத்தில கதைய விட்டனீங்கள்’ எண்டு நான் தொடக்கிவிட, ‘ஓம் ஓம் தத்துப்பிள்ளை’ எண்டவர், மிச்சக்கதையைச் சொல்லத் தொடங்கினார்.

‘அந்தப் பிரான்ஸ்காரர், மூண்டு மாதத்துக்குள்ள என்னை தங்கட தத்துப்பிள்ளையாய் சட்டப்படி எடுத்திட்டிச்சினம். என்ர அப்பரும் கையெழுத்தெல்லாம் போட்டுக் கடிதங்கள் குடுத்திட்டார்.

நானும் அவையோட பிரான்சுக்குப் போய்ச் சேந்திட்டன்.’

‘பிரான்சில எங்க இருந்தனியள்?’ எண்டு நான் கேட்க, ‘சுவேசோன்’ எண்ட ஒரு ஊர் பாரிஸிலையிருந்து ஒரு முன்னூறு

கிலோ மீற்றரிலை இருக்கு' எண்டு சொல்லி ஒரு பெருமூச்சோட நிப்பாட்டினார்.

'அதுக்குப் பிறகு ஏன் இங்க வந்து பிப்பிலியில நிக்கிறியள்' எண்டு கேக்க, 'அதுக்கு நான் கனக்க அத்தியாயங்கள் சொல்ல வேணும்' எண்டார். நான் திடுக்கிட்டுப் போனன். நான் எழுதிறவன் எண்டு இவருக்கு விளங்கிட்டுதோ? நான் அசடு வழியும் முகபாவத்தைக் கொஞ்சம் மாத்திக்கொண்டன். அவர் என்ர முகத்தைப் பார்க்காமல் வேறை எங்கையோ பார்த்துக்கொண்டிருந்தார்.

பிறகு 'அது அற்புதமான காலங்கள்' எண்டபடி தொடங்கினார்.

அந்தக் குடும்பம் எனக்கு ஒரு குறையும் வைக்கேல்லை. தனிறூம் ரீவி – டெக் வசதிகள் எல்லாமிருந்துது. அந்தப் பையன் படிக்கிற பள்ளிக்கூடத்திலையே என்னையும் சேர்த்துவிட்டிச்சினம்.

'பின்னேரம் பிரெஞ்சுமொழி படிக்கிறத்துக்காகப் பக்கத்திலை இருந்த ஒரு ஆங்கிலம் தெரிஞ்ச ரீச்சரையும் ஒழுங்குபடுத்தி விட்டிச்சினம்.

'அப்பப்ப ஆனைக்கோட்டையில இருந்து, அப்பா கடிதம் போடுவார்: 'எங்கள மறக்காதை. வீட்டிலை இரண்டு குமர் இருக்கு. உன்ன இன்னொருவருக்குப் பிள்ளையாக் குடுத்ததே நீ உன்ர சகோதரங்களுக்கு உதவி செய்யத்தான். இப்ப நாட்டில பிரச்சினை கூடிப்போச்சு. நீ திருப்பி வரேக்க எங்களுக்கு எண்டு ஒரு நாடு இருக்கும்,' இப்படித்தான் அப்பற்ரை எல்லாக் கடிதங்களும் இருக்கும்.

நான் இருந்த இடம் ஒரு கிராமம் மாதிரித்தான். அங்க இருந்தவங்கள் எல்லாம் நல்லவங்கள் எண்டு சொல்ல முடியாது. சிலபேர் இந்த ஊருக்குள்ள ஆர் இந்தக் கறுவல் பொடியன் எண்ட மாதிரிப் பார்ப்பினம். எனக்குப் பிரஞ்சுமொழி பிடிபடத் தொடங்கேக்க, சில மனவருத்தங்களும் வந்திச்து.

ஆனா என்னைப் பொறுப்பெடுத்த குடும்பம் ஒரு தெய்வக் குடும்பந்தான். அவை சாமியக் கும்பிட்டதையோ கோவிலுக்குப் போனதையோ நான் காணேல்ல. வீட்டில ஏதும் கடவுள் சம்பந்தமான படங்களோ புத்தகங்களோ இல்ல. நானும் அதைப் பத்தி ஆராயேல்ல. என்னைத் தங்கட ஒரு பிள்ளையாவே பாத்திச்சினம். 'சனி ஞாயிறு நாட்களில வேலைக்குப் போய், நீ உன்ர வீட்டுக்கு உதவி செய்' எண்டு சொல்லி ஒரு பேக்கரியிலை வேலைக்கும் சேர்த்துவிட்டிச்சனம்.

கதை கேட்டுக்கொண்டிருந்த எனக்கு மெல்லிசா அலுப்புத் தட்டிச்சுது. அங்க என்ன நடந்துது? ஏன் இவர் திரும்பி வந்தவர் எண்டு சொல்லாம கதையை எங்கையோ இழுத்துக்கொண்டு போற மாதிரிக் கிடந்தது. குறுக்கால நான் கேட்டன், 'இப்பவும் அந்தக் குடும்பத்தோட தொடர்பு இருக்கோ?'

அவர் உணர்ச்சிவசப்பட்டார். 'என்ர வாழ்க்கையில் இன்னொருக்கால், உன்ர முகத்தை நான் பார்க்கவோ, குரலைக் கேட்கவோ விரும்பேல்ல' எண்டு மூண்டு தரம் சொன்னார்.

அந்தளவோட நான் பேசாமல் இருந்திட்டன்.

நாயகம் சொல்லிக்கொண்டே போனார். 'என்ன அற்புதமான மனிதர் என்ர பிரெஞ்சு அப்பா.

'பேக்கரியிலை வேலை செய்யிற காலத்திலை ஒரு பிரெஞ்சு அழகி என்னில விழுந்திட்டாள். பேசத்தொடங்கின பிறகு தான் அவளுக்குத் தெரிஞ்சுது அந்த மூண்டு சொல்லுக்கு மேலாலை வேறு சொல் பேசுறத்துக்குத் தடுமாறுற ஆள் நான் எண்டு. அவளிட்டத்தான் நான் முறையான ஆங்கிலத்தைத் தெரிஞ்சுகொண்டன்.

'நான் எல்லாத்தாலையும் வேறுபட்ட ஆளா இருந்தன். அவளோ, அங்கை வேலை செய்ய அத்தனை பிரஞ்சுப் பொடியளையும் தாண்டி என்னிலை விழுந்தாள். எனக்கு உள்ளுக்குள்ள ஒரு அச்சம் இருந்தாலும் அவளில அளவில்லாத அன்பு ஏற்பட்டது.

'ஊர் மாதிரி, கண்காட்டிக் கடிதம் குடுத்துக் கைபிடிக்கக் கனகாலம் செல்லும். இது அதுமாதிரி இல்ல. உங்களுக்குத் தெரியும்தானே.

'நான் படிக்கேக்க, ஒரு பெட்டைக்குக் கடிதம் எழுதி, மூண்டுமாசம் கொண்டு திரிஞ்சனான். அது சரிவராது எண்டு தெரிஞ்சு, பெயரை மாத்தி, இன்னொரு பெண்ணின்ர கொம்பாசுப் பெட்டிக்குள்ள வைச்சுக் குடுத்தன். அண்டைக்குப் பொழுதுபட, பெட்டையின்ர தாய் வீட்டுக்கு வந்து, அப்பாடி, ஒழுங்கை முழுக்க அண்டைக்கு நாய் குரைப்புச் சத்தம்தான்.

'ஒருநாள் வேலை முடிய அவள் என்னோட என்ர வீடுவரைக்கும் நடந்து வந்தாள். அப்பிடியே கதைச்சுக்கதைச்சு இரண்டு பேரும் உணர்ச்சியின்ர எல்லைக்கு வந்திட்டம்.

'நான் வீட்டுக்குள்ள போய் அப்பாவின்ர வான் திறப்பை எடுத்துக்கொண்டு வந்து, அவளையும் கூட்டிக்கொண்டு,

வானுக்குள்ள போயிட்டன். அந்த சுகம் எனக்குப் பிடிபட்டுப் போச்சுது. இது ஒவ்வொரு கிழமையும் நடக்கத் தொடங்கிட்டுது.

'இப்பிடி ஒருநாள் நாங்கள் சந்தோசமாய் இருக்கேக்க, அவசரத் தேவைக்காக வெளியில வந்த அப்பா எங்களக் கண்டிட்டார். ஒண்டும் சொல்லாமல் மற்றக் காரை எடுத்துக்கொண்டு போயிற்றார்.

'அதுக்குப் பிறகு அவர் வான் கதவைத் திறந்தேவிட்டிருந்தார்.

'வேறை ஒருநாள் பேச்சில, 'நீ தனியாய்ப் போய் வாழுறத்துக்கு இன்னும் காலம் இருக்கு' எண்டார்.

'பிறகு எனக்குக் கார் ஓட்டப் பழக்கி, கார் ஓட்டுற உரிமத்தையும் வாங்கித் தந்து, பிரஞ்சுப் பாஸ்போட்டும் எடுத்துத் தந்தார். 'இனி நீ நிறைவான பிரஞ்சுக்காரன்' எண்டு சொன்னார்.

'ஒருநாள் ரீயுசன் முடிஞ்சு இரவு வீட்டுக்கு வரேக்கை அம்மாதான் சொன்னா:

'சிறிலங்காவிலை ஏதோ பிரச்சினையென்று செய்தியிலை சொன்னவங்கள், நீ நாளைக்கு தபால் நிலையம் போய் தொலைபேசியில உன் அண்ணணோட கதை. அங்க என்ன நடக்குது எண்டுறதை விசாரி. என்ன ஒரு அழகான நாடு. இனி விடுமுறைக்கு அங்க போகலாமோ தெரியேல்ல' எண்டார்.

'நான் தொலைக்காட்சியில, செய்திகளைக் கவனிக்கத் தொடங்கினன்.

'மறியலிலை வைச்சுத் தமிழர் கனபேரைக் கொண்டதாகவும் தமிழரின்ர கடைகளை எரிச்சுக்கொண்டிருக்கிறாங்கள் எண்டும் சொன்னாங்கள். முதன்முதலாக பிரஞ்சுத் தொலைக்காட்சியில இலங்கயப் பாத்தன்.

'அடுத்தநாள் அண்ணனின்ட அலுவலுகத்துக்குத் தொலைபேசி எடுத்தன். ஒருவரும் எடுக்கேல்ல. மானிப்பாய்க்கும் தொடர்புகொள்ள முடியேல்ல. ஏதோ சின்னக் கலவரம் எண்டு நினைச்சிட்டு நானும் இருந்திட்டன்.'

நாயகம் சின்னனொரு இடைவெளி விட்டிட்டு, ஒரு மிடறுக் கள்ளை வாயில விட்டார்.

மண் கடன் 3

'கடுமையான வெயில்' வியர்வை வழியவழிய, சுவசோன் ஊரைத் தாண்டி நடந்துகொண்டிருந்தன்.

அல்லல் போம், வல்வினை போம்
அன்னை வயிற்றில் பிறந்த
தொல்லை போம் போம்
போகாத் துயரம் போம்

அப்பர் சின்ன வயசிலை அடிச்சடிச்சுச் சொல்லித்தந்த தேவாரம் இப்ப நினைவுக்கு வர, வாய் தன்பாட்டிலை அதை முணுமுணுத்தது. சொல்லிக்கொண்டே நடந்தன். அழவேண்டும் போல் இருந்தது. வழியில இருந்த ஒரு பூங்காவில போய்க் கொஞ்சநேரம் இருந்து அழுதுபாத்தன். மனம் தணிஞ்ச மாதிரித் தெரியேல்ல. ஆரிட்டப் போய் கொட்டி அழுகிறது எண்டும் தெளிவில்ல.

'நேற்று வந்த கடிதம் எண்டு, அந்தக் கடிதததை அம்மா காலையிலதான் தந்தா. இது பாரிஸிலை இருந்துவந்த கடிதம். வேலை அலுவலாய் கேகாலைக்குப் போன அண்ணரை அங்கை குத்திக் கொன்றுபோட்டார்களாம். இது நடந்து ஒரு மாசத்துக்குப் பிறகுதான் இந்தக் கடிதம் எனக்குக் கிடைச்சுது. ஏதோ சிங்கள – தமிழ் கலவரம் எண்டு தொலைக்காட்சியிலை பார்த்த செய்தி இப்ப எனக்குள்ள இடியாய் இறங்கியிருந்தது.

'கடிதம் எழுதியவன் என்ரை நண்பன் மதியன். அவன் பாரிஸுக்கு வந்ததே எனக்குத் தெரியாது. என்ர வீட்டுக்காரர் இந்த விசயத்தைச் எனக்குச் சொல்லச் சொல்லி மதியனுக்குக் கடிதம் போட்டிருக்கினம். அவை அனுப்பின முகவரிக்குத்தான் மதியன்தான் கடிதம் போட்டதாக

அதிலை எழுதியிருந்தான். அவன் தன்ர போன் நம்பரையும் கடிதத்திலை குறிச்சிருந்தான்.

‘நான் பிரான்சுக்கு வந்தவுடன ஊரை மறந்து உறவுகளை மறந்து கிட்டத்தட்ட ஒரு சுகபோக வாழ்க்கையிலதான் இருந்தன். இளவயது, நல்ல சாப்பாடு, கையில காசு, நண்பியா அழகான பெண். அந்த வயசிலை இதைவிட வேறென்ன வேணும்? கவலையேயில்லாமல் இருந்த என்னை இந்தச் செய்தி தலைகீழாத் தூக்கி அடிச்ச மாதிரி இருந்தது. கடிதத்தைப் படிச்சு முடிக்க முதலே யாருக்கெண்டாலும் சொல்லி அழவேண்டும்போல இருந்தது.

‘அம்மாதான் தனியா வீட்டில் இருந்தவ. இந்தக் காலையிலை அவவுக்குச் சொல்லி அவவைக் கலவரத்தப்படுத்த விரும்பாமல் நான் வெளியில நடக்க வெளிக்கிட்டன்.

‘அண்ணன், என்னைவிட அற்புதமானவன். நாங்கள் சின்னனாய் இருக்கேக்கையே எங்கட அம்மா செத்துப் போனா. அப்பர் வேலைக்குப் போக வேணும், தங்கச்சிமார் சின்னப் பெட்டையள். அண்ணன்தான் வீடு கூட்டுவான். சமைப்பான். அதோட நல்லாப் படிச்சான். என்ர குழப்படிகளுக்கு அப்பர் என்ன அடிச்சது குறைவு. அண்ணன்தான் அடிப்பான். ஒரு நேரம் எங்களச் சாப்பிடாமல் இருக்கவிடமாட்டான். இனி அண்ணி என்ன செய்யப் போறா? அற்புதமான மனுசி, அவ வந்த பிறகுதான் எங்கட குடும்பம் தலையெடுக்க வெளிக்கிட்டது. குழம்பிக் கிடந்த மனசிலை இப்படி ஏகப்பட்ட சிந்தனையள். நடந்து கொண்டேயிருந்தன். மத்தியானம் தாண்டிட்டுது. வீட்டுக்குப் போனன். முழுக்குடும்பமும் எனக்காகக் காத்திருந்திச்சினம்.

‘கடிதம் பார்த்திட்டு, நான் ஒண்டும் சொல்லாமல் கொள்ளாமல் வீட்டைவிட்டு வெளிக்கிட்டவுடன நான் ஏதோ குழப்பத்திலைதான் போறன் எண்டுறது அம்மாவுக்கு விளங்கிட்டுது. அதுதான் எனக்காக எல்லாரும் காத்திருக்கக் காரணம் எண்டு தெரிஞ்சுது. நான் விசயத்தைச் சொன்னன். முழுக்குடும்பமும் கவலையில் உறைஞ்சு போச்சுது. அவைக்கு என்ர அண்ணரைத் தெரியும். நண்பன் மதியன்ரை தொலைபேசி இலக்கத்துக்கு அப்பா தொலைபேசி எடுத்துத் தந்து என்னைக் கதைக்கச் சொன்னார்.

‘மதியனோட கதைச்சன்.

‘அவன் பாரிஸுக்கு வந்து ஒரு வருசமாம். என்னோட தொடர்கொள்ள என்ர விலாசம், தொலைபேசி இலக்கம் எதுவும் தெரியாது எண்டும், நினைச்சிருந்தால் எடுத்திருக்கலாம் எண்டும்

ஆனா நல்லா இருக்கிற உனக்கு ஏன் தொல்லை தருவான் எண்டும், அதாலை தான் தொடர்புகொள்ள விரும்பேல்லை எண்டும் சொன்னான். பிறகுதான் என்ர வீட்டிலையிருந்து கடிதம் வந்தது எண்டும் எனக்குக் கடிதம் போட்டதாகவும் கூறினான்.

'கொழும்பிலை இருந்த அண்ணியும் பிள்ளையளும் யாழ்ப்பாணம் போயிட்டினம் எண்டும் சொன்னான். உன்ர ஊர் எவ்வளவு தூரம்? ஒரு நாளைக்குப் பாரிஸுக்கு வாவன் கதைப்பம், ஆறுதலாயிருக்கும், என்று கூப்பிட்டான்.

'நீ பாரிஸுக்கு போய் உன்ர நண்பனோடை இரண்டு நாள் நிண்டுட்டு வா' எண்டு அப்பாவும் சொன்னார்.

'அடுத்த சனிக்கிழமை காலையில பாரிஸுக்குப் போனன். மெற்ரோ ரயில் நிலையத்திலை மதியன் நிண்டான். நண்பன் வந்திருந்தான். மதியனைப் பார்க்கப் பரிதாபமாக இருந்தது. அவனைக் 'கட்டைப் புட்டன்' எண்டுதான் கூப்பிடுவம். எப்பையும் உருண்டு திரண்டு இருக்கிறவன்; இப்ப வாடிவதங்கியிருந்தான்.

தான் தங்கியிருக்கிற அறைக்கு என்னைக் கூட்டிக்கொண்டு போனான். எனக்குப் பேரதிர்ச்சி. இந்தச் சின்ன அறைக்குள்ள பத்துப் பேரா? என்னால நம்ப முடியேல்ல. ஒருவருக்கும் ஒழுங்கான வேலை கிடையாது. அவையளுக்குப் பிரஞ்சும் கதைக்கத் தெரியாமல் இருந்தது. அவையளில கனபேருக்கு ஒழுங்கான விசாவும் இல்லையாம். இவையின்ர சீவியம் எனக்குப் புதிசாயும் அதிர்ச்சியாயும் இருந்தது.

'பின்னேரம் ஆகஆக அந்த அறையில் இருக்கிறவை வந்து கொண்டிருந்திச்சினம்.

'எல்லாரும் வேறைவேறை ஊர். வேறைவேறை சமூகம். யாழ்ப்பாணத்து மனநிலையைத் தூக்கி எறிஞ்சுபோட்டு, ஒண்டாய்ப் பிறந்த சகோரங்கள் மாதிரி நெருக்கமாய் இருந்தாங்கள். எதிர்பார்ப்புகள் இல்லாத இறுக்கமான ஓர் அன்பு அங்க தெரிஞ்சுது.

'என்ரை துக்கத்தை ஆற்றலாம் என்ற எண்ணத்தோட எல்லாரும் என்னட்டக் கதைச்சாங்கள். உண்மையிலேயே கன காலத்துக்குப் பிறகு, தமிழரோடை தமிழிலை கதைக்கிறதும் எனக்குப் பெரிய ஆறுதலாய் இருந்தது.

'சாப்பாடு தந்தாங்கள். அமிர்தம் எண்டு சொல்லுவாங்களே அது இப்பிடித்தான் இருக்குமோ? கோழியும்

உருளைக்கிழங்கு போட்டு குழம்பு, கத்தரிக்காய்ப் பொரியல், பருப்புக் கறி. எத்தனை காலத்துக்குப் பிறகு அப்பிடிச் சாப்பாடு.

'மூண்டு தரம் போட்டுச் சாப்பிட்டேன். இந்த உறைப்பையும் குழம்பையும் நான் மறந்து எவ்வளவு காலம். தமிழையும் ஊரையும் மறந்துபோய்த்தானே இத்தனை நாள் வாழ்ந்திருக்கிறன். திரும்பவும் என்ர மண்ணில விழுந்தது மாதிரி இருந்தது.

'சாப்பிட்டு முடிந்ததும் ஊர் பிரச்சினைகளைப் பத்திப் பேசத் தொடங்கினாங்கள். எனக்குக் கனக்க விளங்கேல்லை.

'அவர்களின்ர பேச்சிலயிருந்து நாட்டு விடுதலைக்காக போராட எட்டு இயக்கங்கள் இருக்கு எண்டும் சில இயக்கங்கள் இந்தியாவில பயிற்சி பெறுகினம் எண்டும் தெரிஞ்சு கொண்டன்.

'அண்ணன் உட்பட இரண்டாயிரம் பேர் வரை இந்தக் கலவரத்திலை செத்துப் போனார்கள் எண்டும், தமிழரின்ர கோடிக்கணக்கான சொத்து அழிஞ்சு போச்சுது எண்டும் கதைச்சுக் கொண்டாங்கள். இதுக்கு நாங்கள் பழிக்குப்பழி வாங்க வேணும் எண்டு ஒரு வெறியோட அவங்கள் கதைச்சதும் எனக்குத் தெரிஞ்சுது. அவங்கள் எல்லாரும் ஒரு விடுதலை அமைப்புக்கு ஆதரவாய்த்தான் கதைச்சாங்கள்.

'நான் அடுத்தநாள் என்ர ஊருக்குப் வெளிக்கிட்டன். அடுத்த கிழமையும் என்னை வரச் சொன்னாங்கள்.

'கோழிக் குழம்புக்காகவெண்டாலும் வரத்தான் வேணும் எண்ட நினைப்பில, வாறன் எண்டு சொல்லிக்கொண்டு நான் வெளிக்கிட்டுட்டன்.

'பாரிஸிலை தமிழ் ஆட்கள் இருப்பதாக அறிஞ் சிருந்தனான்தான். ஆனா இப்பிடிப் பெருந்தொகையாயும் இன்னும் கனக்க வந்துகொண்டிருக்கினம் எண்டும் எனக்குத் தெரியாமல் இருந்தது. பாரிஸிலை சிங்களவருக்கும் தமிழருக்கும் மோதல் நடந்தது எண்டும் அதில மூண்டு நாலு பேர் செத்துப் போனாங்கள் எண்டுறதும் எனக்குப் புதிசாய் இருந்தது. தமிழரை அடிச்சவங்களைப் பழி வாங்க வேண்டும் எண்ட உணர்வு எல்லாரிட்டையும் இருந்தது.

'அண்ணிக்கு அனுப்பச் சொல்லி அப்பா கொஞ்சம் பணம் தந்தார். நான் வேண்டாம் எண்டு சொல்ல, அவரே அனுப்பி விட்டார். நானும் ஒன்றுவிட்ட ஒரு கிழமை பாரிஸுக்குப் போகத் தொடங்கினன். எனக்கு நண்பர்களும் கூடத்தொடங்கிட்டுது.

'அப்படிப் போகேக்க ஒரு வீட்டுக்குச் சாப்பிடக் கூட்டிக்கொண்டு போனாங்கள். அங்கைதான் பாலன் எண்டிறவரைச் சந்திச்சன். எனக்கு நல்லாப் பிரஞ்சு தெரியும் எண்டிறதும் என்னட்ட பிரஞ்சுப் பாஸ்போர்ட் இருக்குது எண்டிறதும் அவருக்கு ஆச்சரியமா இருந்தது. 'இப்படியான ஆட்கள்தான் இப்ப எங்கட நாட்டுக்கு தேவை' எண்டார். எனக்கு ஒண்டும் விளங்கேல்ல. 'அடுத்த கிழமை தலைவர் அமர்தலிங்கம் பாரிஸுக்கு வாறார், நீங்கள் அந்த கூட்டத்திற்கு வரவேணும்' எண்டார்.

'நான் அந்தத் கூட்டத்துக்குப் போனன். கூட்டம் கசாமுசா எண்டு ஒரே கூச்சலும் குழப்பமுமாக இருந்தது. கனக்கப் பெடியள்தான். இது பாரிஸோ இல்ல யாழ்ப்பாணமோ எண்டு யோசிக்கிற அளவுக்குப் பெருங்கூட்டம் அங்கை கூடியிருந்தது.'

சொற்களில் சுழலும் உலகம்

மண் கடன் 4

'அமிர்தலிங்கம் பேச ஒழுங்கு செய்த மண்டபத்தில் பெருங்கூட்டம் கூடியிருந்தது. தலைவர் அமிர்தலிங்கம் உள்ளுக்கை வரஇயலாமல் இழுபறிப்பட்டார்.'

'அவருக்குப் பெடியள் அடிக்கப் போனவங்கள்' என்று நானும் கேள்விப்பட்டனான் எண்டு இடைமறிச்சன்.

'இல்லை இல்லை எல்லாரும் கடும் கோபத்திலை இருந்தவங்கள் எண்டுறதுதான் உண்மை.

'ஆடியிலை கலவரம் நடந்தது. அமிர்தலிங்கம் வந்தது புரட்டாதி மாசமாய் இருக்கவேணும். 'உங்களாலை ஒன்றும் செய்ய இயலாது, பேசுறதைத் தவிர. நீங்கள் ஒண்டுமே செய்யேல்லை, எண்டு அமிர்தலிங்கம் மண்டபத்திற்குள்ள வரேக்கையே வாக்குவாதப்படத் தொடங்கிட்டாங்கள்.

'புஸ்பராஜனும் வேறை சில பெடியன்களும் கவசம்போலச் சுத்திநிண்டு ஆளை உள்ளுக்கை கொண்டுவந்தார்கள். அமிர்தலிங்கம் ஒண்டுக்குமே கிறுங்கவில்லை.

'நீங்கள் இஞ்சை இருக்கிறீர்கள். ஆயுதப் போராட்டம்தான் முடிவு எண்டு பிரபாகரன், உமா மகேஸ்வரன் எண்ட பெடியள் என்னோட கதைச்சுக்கொண்டுதான் இருக்கிறாங்கள். ஆயுதப் போராட்டத்திற்கு நான் ஆதரவு தெரிவிக்க முடியாது. அது மேலும் அழிவைத்தான் கொண்டுவரும்.

சர்வதேச நாடுகளின் ஆதரவு தேவை அதுதான் இந்தியா, ஐரோப்பா என அலைகின்றேன்' என அமிர்தலிங்கம் பேசிக்கொண்டிருந்தார்.

'பாலன் போவோம் என்று கண்ணைக் காட்டினார். நானும் கூட்டத்துக்கிடையில பாலனுடன் வெளிகிட்டுட்டன். பாலன் சாப்பிட வா எண்டு தன்ரை றூமுக்குக் கூப்பிட்டார். றூமிலை சாப்பிட்டுக்கொண்டிருக்கேக்கை எனக்குச் சில விடயங்களை விளங்கப்படுத்தத் தொடங்கினார்.

'சிங்களவர்களோடை இனிப் பேச முடியாது. தலைவர் அமிர்தலிங்கத்தின்ரை கட்சியும் ஆளும் கட்சியும் ஒரே வர்க்கம். இனிமேலும் நம்பி ஏமாற ஏலாது. ஆயுதம் தூக்குவது எண்ட முடிவிலை எங்கட இயக்கம் கனதூரம் வந்துவிட்டது,

'எனக்கு ஏனோ திருப்தியாய் இருக்கேல்லை. பிரபாகரன் மாத்திரமல்ல இண்டைக்குக் கண்ட புஸ்பராஜன்கூட வெவ்வேறு இயக்கம் என்று சொல்லுகிறீங்கள். புஸ்பராஜன் என்ரை அப்பாவுக்குப் பழக்கமானவர். அவரை மாதிரியான ஆக்கள்தானே, தமிழர்களின்ர உரிமைக்காகப் போராடத் தொடங்கினவர்கள் எண்டு சலிப்போடை சொன்னன். எனக்குக் கனக்கவொண்டும் தெரியாவிட்டாலும் ஒரே விசயத்திற்காக பல்வேறு இயக்கமாய்ப் பிரிந்து கிடக்கிறது என்ன நியாயம் எண்டு எனக்கு விளங்கியிருக்கேல்லை.

'பாலன் சொன்னார். 'நீங்கள் மேலும் சில விளக்கங்களைப் பெறவேணும். ஒரு இரவிலை கதைக்கிற விசயமில்லை. ஒவ்வொரு கிழமையும் வர முடியாட்டியும் ஒன்றுவிட்ட சனிக்கிழமைகளிலை பாரிஸுக்கு வாருங்கோ. நாங்கள் ஒவ்வொரு சனிக்கிழமை இரவும் கதைப்பம். அப்ப உங்களுக்கு நல்ல தெளிவு வரும்.' விடிய எழும்பி என்ர ஊருக்கு வெளிக்கிடேக்கை பாலன் தானும் புகையிரத நிலையம் மட்டும் வாறன் எண்டு என்னோடை வந்தார்.

'என்ன சனிக்கிழமைகளிலை எங்கள் கலந்துரையாடல்களுக்கு வருவியளோ?' எண்டு திருப்பியும் கேட்டார். நானும் வசதி கிடைக்கும்போது எல்லாம் கட்டாயம் வாறன் எண்டு சொன்னன்.

'நீங்களும் அந்த மண்ணிலை பிறந்தனீங்கள். உங்கடை அண்ணனையும் பலி கொடுத்திருக்கிறியள்' என்றுசொல்லி என்ரை முகத்தைப் பார்த்தார். நான் மௌனமாய் வேறை எங்கையோ பார்த்துகொண்டு நிண்டன்.

'உங்களுக்கும் மண்கடமை இருக்கு' என்று என்கையைப் பிடித்துக் கூறி வழியனுப்பினார்.

'இந்த மண்கடமை என்ற சொல்லைப் பிறகு வந்த நாட்களிலை எல்லாம் திரும்பத்திரும்ப சொல்லத் தொடங்கினார். நானும் ஏறத்தாழ ஒவ்வொரு சனிக்கிழமையும் பாரிஸுக்கு போகத் தொடங்கினன்.

'நாடு தொடர்பாகப் பல செய்திகளை மட்டுமில்ல, இயங்கங்களின்ரை உள்விவகாரங்களையும் விளங்கத் தொடங்கினன்.'

'நீங்கள் இருக்கிற வீட்டிலை ஒரு பிரச்சினையும் வரவில்லையோ? அவை நீங்கள் ஏன் அடிக்கடி பாரிஸுக்கு போறீங்கள் எண்டு கேக்கேக்லையோ' எண்டன் கதை கேட்டுக்கொண்டிருந்த நான்.

'என்னட்டை அவை நேரடியாகக் கேக்கேல்லை. ஆனா இடைவெளியளும் இழப்புகளும் இருந்தது. அவையின்ர மகன் யூனிவெசிற்றி கிடைச்சுக் கொஞ்சதூரம் தள்ளிப் போயிட்டான். பாரிஸுக்கு அடிக்கடி போனதாலை என்ரை பேக்கறி வேலை போயிற்று. பேக்கறி வேலை போனதாலே என்ர பெண் நண்பியையும் இழந்தன். எனக்கும் போராட்ட மனநிலை வந்துவிட்டது. அடிக்கடி பாரிஸ் போய் கூட்டங்களில் கலந்துகொண்டதாலும், பாலனின் இடைவிடாப் பேச்சுகளினாலும் நான் சேந்திருக்கிற இயக்கம்தான் நிறைய போராளிகள் இருக்கிறதும், தமிழருக்கான தீர்வை இவர்களால்தான் பெறமுடியும் என்ற நம்பிக்கை வரத்தொடங்கியது. நானும் போய் என்ர மண்கடமையைச் செய்தால் என்ன என்ற எண்ணம் ஏற்பட்டது.

'ஒருநாள் ஒரு இயக்க நண்பன் என்னை இன்னொருவருக்கு அறிமுகப்படுத்தேக்கை 'இவர் ஒரு பிரெஞ்சுக்காரனுக்குத் தத்துப் பிள்ளையாய், நல்ல வசதியாய்' எண்டு அறிமுகப்படுத்தினார்.

'அது என்னைச் சரியாய் சுட்டுப்போட்டுது. அப்பத்தான் எல்லாத்தையும் விட்டுப்போட்டு ஊருக்குபோய் அடிபாட்டிலை கலந்துகொண்டு எங்களுக்கு ஒரு நாட்டை உருவாக்குறதிலை பாடுபடவேணும் என்ற எண்ணம் ஏற்பட்டது.

'ஒருநாள் சனிக்கிழமை கலந்துரையாடல் முடிய பாலனிட்டைச் சொன்னன். நான் இயக்கத்திற்குப் போகட்டோ? 'இங்கையிருந்து சிலர் இந்தியாவிற்கும் இலங்கைக்கும் இயக்கத்துக்குப் போறது எனக்கும் தெரியும். அனுப்பி வைப்பியளோ' எண்டு கேட்டன்.

'பாலன் திடுக்கிட்டுப் போய் என்னைத் திரும்பிப் பார்த்தார்: 'இல்லையில்லை நீங்கள் போகப்படாது. உங்களைப் பற்றித் தலைமைப்பீடத்துக்குச் சொல்லியிருக்கிறன். பெரிதாய் சந்தோசப்பட்டார்கள். எங்களுக்குச் சிலசில உதவிகள் தேவைப்படும். அப்ப அதைச் செய்தால் சரி. நீங்கள் ஒண்டையும் குழப்பிப் போடாதையுங்கோ. உங்கட வளர்ப்புக் குடும்பத்தோடையே இருங்கோ. இனி இங்க அடிக்கடி வரவேணும்

எண்டில்லை. தேவை வரேக்கை நான் சொல்லுவன்,' எண்டார். பிறகு நானும் பாரிஸுக்குப் போறதைக் குறைச்சுக்கொண்டன்.

'என்ரை வளர்ப்புப் பெற்றோரும் நான் ஏதாவது ஒரு தொழிற்கல்வி கற்க வேணும் எண்டும் வாழ்க்கையிலை செட்டில் ஆக வேணும் எண்டும் சொல்லிக்கொண்டிருந்தார்கள். மற்றப் பிரெஞ்சுக்காரரைப்போல இல்லாமல் நான் தங்கடை வாழ்க்கை முழுவதும் தங்களோடை இருக்க வேணும் எண்டு ஆசைப்பட்டார்கள்.

'நீங்கள் அதையெல்லாம் குழப்பிப் போட்டீர்கள்போல' என்று நான் சொல்ல, அவர் வேலியைத் தாண்டி வெற்று வெளியைப் பார்த்துக்கொண்டிருந்தார். பின் ஒரு பெருமூச்சு விட்டபடி கதையைத் தொடர்ந்தார்.

'ஒரு காலையிலை பாரிஸில் இருந்து பாலன் போன் பண்ணினார்:

'கட்டாயம் சனிக்கிழமை என்னைச் சந்திக்க வேண்டும். உங்களுக்குரிய நேரம் வந்திருக்கு, நேரே வாங்கோ சொல்லுறன்,' எண்டார். நானும் சனிக்கிழமை பின்னேரம் பாரிஸுக்குப் போனன்.

'கூட்டம் முடிய என்னைத் தனியே வெளியே கூட்டிக்கொண்டு போய் 'நீங்கள் அவசரமாக ஒரு வெளிநாட்டிற்குப் போய் வர வேணும் போவீங்களா?' எண்டு அன்போட கேட்டார்.

'நான் என்ன விடயம் என்று கேட்க, 'உங்கள் மண்கடமைக்குரிய நேரம் இது. மூன்று பேரை லெபனானிலை கொண்டுபோய்விட வேணும். அவை அங்கு பாலஸ்தீன விடுதலை இயக்கமொண்டுக்குப் பயிற்சிக்குப் போகிறார்கள்.

அவைக்குத் தமிழைத்தவிர வேறு மொழி தெரியாது. நேரே யாழ்ப்பாணத்திலிருந்து கட்டுநாயக்கா வந்து வெளிநாடு வந்தவர்கள். ஒரு அனுபவம் இல்லாதவர்கள். துணிவும் வீரமும்தான் அவையிட்ட இருக்கு. உங்களுக்கு பிரெஞ்சு தெரியும் ஆங்கிலமும் தெரியும். அத்தோடை பிரெஞ்சு பாஸ்போட் வைச்சிருக்கிறியள். அதைவிட நீங்க சரியான கெட்டிக்காறன்' என்றார்.

'நான் யோசிச்சுக்கொண்டு நிண்டன். 'என்ன பயப்படுறியளோ?' என ஒரு மாதிரிப் பார்த்தார். நான் கொஞ்ச நேரம் யோசிச்சுப்போட்டு எப்ப போக வேணும் என்று கேட்டன்.

'அவர் முகம் மலர்ந்தது. 'முதல் நீங்கள் வீட்டை போய் உங்கள் வளர்ப்பு பெற்றோர்களிடம் நீங்கள் ஒருக்கால் ஊருக்குப்

சொற்களில் சுழலும் உலகம்

போய் அப்பா, சகோதரிகளைப் பார்த்துவிட்டு வர வேணும் போல இருக்கு. ஒரு இரண்டு கிழமைதான் நிற்பேன். போய் விட்டு வரட்டோ எண்டு அனுமதி கேளுங்கோ. அவை ஓம் என்றால் நாளைக்குப் போன் பண்ணிச் சொல்லுங்கோ' எண்டார் பாலன். 'நான் எல்லாம் ஆயத்தப்படுத்திறன். இந்த மாதத்திற்குள்ள போறதாய் இருக்க வேணும். நீங்கள் செய்யிற இந்த உதவி எங்கள் தாயகத்துக்குச் செய்யிற பெரிய உதவி' எண்டு கட்டியணைத்தார்.

'நானும் என் அப்பாவிடம் 'ஒருக்கால் ஊருக்குப் போய் வரப்போறன்' எண்டன். அம்மா 'வேண்டாம் வேண்டாம்' எண்டு மறிச்சா. 'அங்கு இன்னும் பிரச்சினை பெரிசாகும்போலக் கிடக்கு நீ கட்டாயம் போக வேணுமோ?' எண்டு அப்பா கேட்டார். நான் ஓம் எண்டு கொஞ்சம் இறுக்கமாகச் சொன்னன். 'நானே வந்து பாரிஸில் ஏற்றி விடுறன்' என அவர் சொல்ல 'இல்லை பாரிஸில் இன்னொரு நண்பரும் என்னுடன் வருகிறார். அவருடன்தான் சேர்ந்துபோறன்' எண்டுசொல்ல அப்பா ஒன்றுமே பேசவில்லை.

'பாலனுக்கு போன் பண்ணி, 'அடுத்த கிழமை போறத்துக்கு ஆயத்தமாய் வாறன்' எண்டன். சொன்னபடி பாரிஸுக்குப் போனன். அந்த மூன்று பேரையும் பாலன் அழைத்துவந்து காட்டினார். அவங்கள் லெபனான் திருச்சிக்குப் பக்கத்திலை இருக்கிற ஒரு ஊர் போலவும் பயிற்சி எண்டுறது கிளித்தட்டு, வாண விளையாட்டு எண்டுற மாதிரியும் பயமே இல்லாமல் நிண்டாங்கள்.

'சனிக்கிழமை கலந்துரையாடல்களிலை அவையளக் கண்டமாதிரிக் கிடந்தது. 'திங்கள் மாலை பிரயாணம் எண்டு சொல்லி, எல்லாருக்குமான ரிக்கட்டுகளையும் என்னட்டைத் தந்தார். 'ஏர்போட்டுக்கு நான் வரமாட்டன். இந்தாங்கோ செலவுக்குப் பணம்' எண்டு அமெரிக்க டொலர் நிறையத் தந்தார். நான் 'ஏன் இவ்வளவு பணம்?' எண்டு கேக்க, ஏர்போட்டுகளிலை தேவை வரும். 'மிச்சமிருந்தால் திருப்பிக் கொண்டுவாங்கோ' எண்டார். 'முதலிலை நீங்கள் ஜோடானுக்கு போறீங்கள். பிறகு அங்கையிருந்து லெபனானுக்குப் போறீங்கள். அங்கை உங்களைச் சிலர் பொறுப்பேற்று கப்பீஸ்மூண் எண்ட இடத்திற்குக் கூட்டிக்கொண்டு போவினம். நீங்கள் அவையிட்ட இந்த மூண்டு பேரையும் பொறுப்புக் குடுத்திட்டுத் திரும்புங்கோ' எண்டார்.'

மண் கடன் 5

காலைப் பொழுது. மானிப்பாய் மேகம் மெல்ல இருண்டுகொண்டு வந்தது.

'நல்ல மழை அடிக்கப்போகுதுபோல, அதுக்கு முதல்ல நான் வீட்டுக்குப் போக வேணும், நீங்கள் நாளைக்குக் காலையில வாங்கோ' எண்டார் நாயகம். நானும் மழைக்கு முதல்ல திரும்பிட்டன்.

அண்டைக்கு இரவு கனடாவிலயிருந்து மனைவியின்ர போன் வந்தது. 'இங்கை ஒரு சின்னப் பிரச்சினை, இந்தக் கிழமையே வெளிக்கிட்டு வாங்கோ, ரிக்கற் மாத்திறத்துக்குச் செலவு வந்தாலும் பரவாயில்லை,' எண்டு சொன்னா. அவ கதைச்ச தொனி ஒரு மாதிரியான கட்டளை. கணவன்மாருக்குத்தான் அது விளங்கும். அது ஒரு பெரிய பிரச்சினையில்ல, நான் இல்லாமலே சமாளிக்கக்கூடியதுதான். அவவுக்கு ஒரு சந்தேகம் வந்திட்டுது. நான் இங்க சந்தோசமாய் இருக்கிறேனோ எண்டு. தங்களை விட்டிட்டுப் புருசன்மார் தனியச் சந்தோசமாயிருக்கிறது பொதுவாக எந்த மனைவிமாருக்கும் பிடிக்கிறதில்லைத்தானே.

அடுத்த நாள் காலையிலையே நான் போய் நாயகத்துக்காகக் காத்துக்கொண்டிருந்தன்.

நாயகம் வந்தார். நான் மனிசி போன் எடுத்ததைச்சொல்லி, 'நாளைக்குக் கொழும்புக்குப் போகவேணும்' எண்டன்.

அவரும் நல்ல மூட்டிலை இல்லை. 'நானும் பழங்கதையளை உங்களுக்குச் சொல்லச்சொல்ல, அந்தக்காலத்துச் சம்பவங்கள்தான் நினைவில

ஓடிக்கொண்டிக்கு. இரவில நித்திரை இல்லாமல் தொந்தரவாய்க் கிடக்கு,' எண்டார் நாயகம்.

அதோட, 'நான் உங்களுக்கு எல்லாத்தையும் சொல்லப்போறதும் இல்லை. என்ர கதையில சம்பந்தப்பட்டவை பலபேர் இன்னும் உயிரோட இருக்கினம். ஏனெண்டால் நாங்கள் அடிபாட்டுக்கே போகேல்ல. நீங்கள் எதாவது கேள்வி கேக்கிறது எண்டால் கேளுங்கோ. பதில் சொல்லி என்ர கதையை முடிக்கிறேன்' எண்டார்.

'இந்த வாழ்க்கையில நாங்கள் இன்னொருக்காச் சந்திக்கிறாமோ தெரியாது. நான் உங்களுக்கு இதுகளச் சொல்லுறது, என்னை ஆறுதல்படுத்துறத்துக்கு மட்டுமில்ல புலத்தை விட்டு வெளியில போன தமிழர்கள், இண்டைக்குப் பெரியவொரு சக்தியா மாறி வருகினம். அவையும் கன விசயங்கள மோட்டுத்தனமா யோசிக்கினம். என்ர கதை சிலவேளை அவங்களுக்கு சில வரலாறுகளச் சொல்லலாம். அது இண்டைக்கு முடிவெடுக்கிறத்துக்கு உதவும்.'

நான் அவரரோட வேறை விசயங்களப் பேசவிரும்பாமல், 'லெபனானில் என்ன நடந்தது?' எண்டு கேட்டன்.

நாயகம் விட்ட இடத்திலயிருந்து தொடங்கினார்: 'எங்கடை கெட்டகாலமோ என்னவோ தெரியேல்ல. வழமையான நடக்கிற அவங்களின்ர இயக்க மோதல் அங்க திருப்பியும் தொடங்கினவுடன, எங்களை ஒரு வீட்டிலை வைச்சுப் பூட்டினமாதிரி இருக்க விட்டிட்டாங்கள். அவங்களுக்கு என்னிலைதான் கொஞ்சச் சந்தேகம்.

'பிரெஞ்சுமொழி பேசுறான், பிரெஞ்சு பாஸ்போர்ட் வைச்சிருக்கிறான். அதோட நான் ஆயுதப் பயிற்சிக்கு வேறை போகேல்ல. மற்ற ஆக்களக் கூட்டிக்கொண்டு வந்தவன். இவன் எதிரியளின்ர உளவாளியா இருப்பானோ எண்டு அவங்களுக்குச் சந்தேகம். 'நான் திரும்பிப் போகவேணும், என்ர பாஸ்போர்டைத் தாங்கோ' எண்டு கேட்டன். 'பெரியவங்களோட கதைக்காம பாஸ்போர்டைத் தரேலாது. தாறதைத் திண்டிட்டு அமைதியா இரு' எண்டு அலட்சியமாகச் சொன்னாங்கள்.

'இரண்டு மூன்று நாளிலை அந்த இடத்துக்குப் பொறுப்பானவர் வந்தார். அவர் பிரெஞ்சு கதைக்கக் கூடியவராக இருந்தபடியால் எனக்கும் கொஞ்ச ஆறுதலாக இருந்தது.

என்னோட பேசியதிலை அவருக்கு நல்ல திருப்தி. இவன் மோசாத்தின்ர ஆளோ, சிஐஏவின்ர ஆளோ இல்ல எண்டதை உறுதிப்படுத்திக்கொண்டார்.

'நீங்கள் எங்கட போராட்டத்துக்கு உதவி செய்யவந்த ஆதரவு சக்தி. இஸ்ரவேலில் இருந்து நாங்கள் தப்பிக்கிறது என்றால், அமெரிக்காவின் உலக ஆதிக்கத்தைக் குறைக்க வேணும்.

'அமெரிக்காவின் சக்தியைக் குறைக்கிறதெண்டால், அமெரிக்காவின்ர கைத்தடியள் ஆளுகிற நாட்டில நடக்கிற எதிர்ப்புப் போராட்டக்காரரோட உறவை வளர்க்க வேணும். அந்தவகையிலதான் நாங்கள் உங்களோட சேர்ந்து வேலை செய்யுறம். காசு பணத்துக்காக வேலை செய்யேல்ல,' எண்டார்.

'அப்ப எனக்கு இதுவொன்றும் பெரிசாய் விளங்கவில்லை. இப்பகூட விளங்கிட்டுது எண்டில்லை. ஆனா எனக்கு அவங்களப் பிடிச்சுப்போச்சுது. அவங்களுக்கும் என்னைப் பிடிச்சுக்கொண்டுது. நானும் இருந்து பயிற்சிபெற்றால் என்ன எண்ட எண்ணமும் வந்தது. ஆனா பாலனுக்குச் சொன்ன வாக்கைக் காப்பாற்ற வேணும்.

'குறித்த நாளில் பொறுப்பாளரே என்னைக் கொண்டுவந்து ஜோடானிலை விட்டார். நானும் சுகமாய் பாரிஸ் வந்துசேந்தன். பாலனுக்கு நல்ல சந்தோசமும் என்னிலை பெரிய நம்பிக்கையும் வந்தது.

நானும் வீட்டுக்குப்போய் என்ர பிரெஞ்சு அப்பா அம்மாவுக்கு நல்ல பிள்ளைபோல நடிச்சன். அவையும் ஊருக்குப்போய்த் தகப்பன் சகோதர்களைப் பாத்ததால, என்ர முகம் சந்தோசமாய் இருக்கெண்டு தங்களுக்குள்ள கதைச்சுக்கொண்டினம்.

கதையைக் கேட்டு முடிக்கிறத்துககு நான் அவசரப்பட்டன். அவசரப்படுகிறதையும் அவருக்குக் காட்டப்படாது. அப்படி ஏதாவது உணர்ந்துகொண்டார் என்றால் கதையை இடையிலை நிப்பாட்டிப் போடுவார். இடையில கொஞ்சம் அமைதியானார்.

எனக்கும் பெரிசாப் பொறுமையில்லை. 'பிறகென்ன நடந்தது?' எண்டு மெதுவாக் கேட்டன்.

'ஒரு ஆறுமாதம் கழிஞ்ச பிறகு, பாலன் திரும்பவும் ஒரு உதவி கேட்டார்.

'பயிற்சிக்குக் கொண்டுபோய் விட்டவங்களில ஒருவர் ஓடிட்டார். மற்ற இரண்டுபேரையும் கொண்டுபோய் இந்தியாவிலை விடமுடியுமா?' எண்டு கேட்டார். 'அதோட உங்களையும் தலைமை பாக்க விரும்புது எண்டு சொன்னார்.' எனக்கும் விருப்பமாய்தான் இருந்தது. ஆனா என்ர பிரெஞ்சு அப்பா அம்மாவுக்கு என்ன சொல்வது என்று தெரியேல்லை.

பாலன்தான் அதுக்கும் யோசனை சொன்னார். 'உன்ர சொந்த அப்பாவுக்கு ஏதாவது கடுமையான சுகயீனம் என்று சொல்லிட்டு வெளிக்கிடுங்க' எண்டார்.

ஒருநாள் ஊரிலையிருந்து அப்பா போட்ட கடிதம் ஒண்டு வந்தது. அதை வாசிச்சுப்போட்டு என்னுடைய பிரெஞ்சு அப்பாவுக்குக் கவலையோடு 'என்ர அப்பாவுக்கு கான்சர் எண்டு கண்டுபிடிச்சிருக்கினமாம். என்னைப் பார்க்க வேணும்போல இருக்கெண்டு எழுதியிருக்கிறார். ஒருக்காப்போய் பாத்திட்டு வரப்போறன்' எண்டு சொன்னன். அவை மறுப்பொண்டும் சொல்லேல்லை. 'இப்பிடிப் பொய்சொல்ல எப்பிடி மனம் வந்தது' எண்டு நான் நாயகத்தைக் கேட்டன்.

'மண்ணுக்குச் செய்ய வேண்டிய மண்கடமைக்குமுன் பொய் எல்லாம் ஒண்டும் இல்லை. நான் திருப்பியும் லெபனானுக்குப் போய், அங்க நிண்ட இரண்டு பேரையும் கூட்டிக்கொண்டு டெல்லிக்குப் போனன். அங்க எயர்போர்ட்டில இரண்டுபேர் எங்களுக்காகக் காத்துக்கொண்டிருந்தினம். ஒரு சிறிய அறையில எல்லாரும் தங்கினம். 'விடிய ரயிலிலை சென்னைக்குப் போக வேணும்' எண்டு அங்க நிண்டவை சொல்லிச்சினம்.' இப்படிச் சொல்லிப்போட்டுக் கொஞ்ச நேரம் யோசிச்சுக்கொண்டிருந்தார் நாயகம்.

இந்த இடைவெளியிலை யோவான் அப்பு வந்து, எனக்கு தாறதைத் தந்துவிட்டு வேறு ஏதோ கதைச்சுக்கொண்டிருந்தார்.

அவர் பிரச்சினை அவருக்கு. எனக்கோ இந்தக் கதையைக் கேட்டு முடிக்க வேணும் எண்ட அவசரம்.

'நீங்களும் சென்னைக்குப் போனியளோ?' ஆர்வமாய்க் கேட்டன்.

'ஓம் சென்னைக்குப் போய் இயக்கத் தலைமையையும் போராளிகளையும் சந்திச்சுப்போட்டு ஒரு மாதம் கழிச்சுத் திரும்புவதாகத்தான் திட்டம். நாங்கள் ரெயிலேற வெளிக்கிடும்போது எங்களை அனுப்ப வந்தவவை 'மூன்று பேற்றை பாஸ்போட்டையும் தந்திட்டுப் போங்கோ எண்டாங்கள்.' மற்ற இரண்டு பேரும் உடன கொடுத்திட்டாங்கள். அவர்களுக்கு இனி பாஸ்போர்ட் தேவை வருமோ தெரியாது. நான் என்ர பாஸ்போர்ட்டைக் குடுக்கேல்லை. 'கொண்டுபோகப் போறன்' எண்டன்.

'இது தலைமையின்ர உத்தரவு, பாதுகாப்புக் காரணங்களாலை வெளிநாட்டிலையிருந்து வாறவையின்ர பாஸ்போட்டை நாங்கள் பாதுகாப்பா இங்கதான் வைச்சிருக்க வேணும்,' எண்டு

கடுமையாகத்தான் சொன்னாங்கள். அதற்கு மேல நான் மறுப்பு சொல்லேல்லை. சென்னையில எனக்கு நல்ல வரவேற்பு இருந்தது. தலைமையோடை நேரடியாப் பேசக்கூடிய வாய்ப்புக்களும் கிடைச்சுது. அவரும் மண்கடமையை வலியுறுத்தினார்.'

'எல்லாம் சரி, தமிழ் மக்களுக்கான நாடு உலகப்படத்திலை வரப்போகுது. உங்களைப் போன்ற தேச அபிமானிகள் கை கொடுத்தால் விரைவில் அமைந்துவிடும். இதுக்குத் தடையா இருக்கிறது சிங்கள அரசு மட்டுமில்ல. மற்ற இயங்கங்களும் தான்' எண்டும் அவர் சொன்னார்.

'நான் சில பயிற்சி முகாம்களைப் பார்க்கலாமா?' எண்டு கேட்டன். கொண்டுபோய்க் காட்டினாங்கள். அங்க பயிற்சி எடுத்த பெடியளைப் பார்க்கேக்க, அவையள் செய்யப்போகும் தியாகத்தையும் வீரத்தையும் கற்பனை செய்து பாத்தன். எனக்கு மனச்சாட்சி உறுத்தலாய் இருந்தது. இவங்களோடையே நிண்டு, என்னை அர்ப்பணித்தால் என்ன எண்ட மாதிரிக் கிடந்தது. ஒரு மாசம் முடிய டெல்கிக்கு வந்தன். என்னை ரெயிலடிக்கு வந்து கூட்டிக்கொண்டுபோக ஆரும் வரேல்லை. ஒரு மாதிரித் தேடி நாங்கள் தங்கியிருந்த றூமுக்குப் போனன். அங்கை வேறு இரண்டுபேர் தங்கியிருந்தாங்கள். 'முன்பு இருந்தவங்கள் எங்க?' எண்டு கேட்டபோது 'எங்கையெண்டு தெரியாது எண்டாங்கள்.'

நான் என்ர பாஸ்போர்ட்டைப்பத்திக் கேட்டன். அது பற்றித் தங்களுக்கு எதுவும் தெரியாது எண்டு அலட்சியமாயச் சொன்னாங்கள். சென்னையில உள்ள ஆக்களோட கதைச்சன். அங்கையிருந்தும் சரியான பதில்கள் கிடைக்கேல்லை.

பாலனோட கதைச்சன். 'எங்கையெண்டாலும் இயக்க அலுவலாப் போயிருப்பாங்கள். நீங்கள் பொறுமையாக இருங்கோ, ரிக்கற்ரை மாத்தி எடுக்கலாம். நீங்கள் சென்னைக்குப் போங்கோ தலைமைக்கு எல்லாம் தெரியும். அவையோட தொடர்புகொண்டு பாஸ்போட்டை வேண்டித் தருவார்' எண்டார் பாலன்.

திரும்பச் சென்னைக்கு வந்தன். அப்போ அங்கே முக்கிய பிரச்சினை ஓடிக்கொண்டிருந்துது. உள் இயக்க முரண்பாட்டால் எல்லாம் நிலைகுலைஞ்சிருந்த மாதிரியிருந்துது. தலைமையும் எங்கையெண்டு தெரியேல்லை. அவர் 'நாட்டுக்குப் போயிட்டார்' எண்டாங்கள் சிலர். 'முகாம்களுக்குப் போயிட்டார்' எண்டாங்கள் வேறை ஆட்கள்.'

நாயகம் முழுக்கதையையும் சொல்லாமல் சிலதை மறைக்க விரும்புறமாதிரித் தெரிஞ்சுது. ஒண்டும் பேசாமல் அவற்றை முகத்தைப் பார்த்துக்கொண்டிருந்தன்.

அவர் தொடர்ந்தார்.

'இதற்கிடையிலை பாஸ்போர்ட் கிடைச்சிடும் எண்டு ஒரு நப்பாசை. திருப்பியும் டெல்கிக்கு வந்து அந்த அறைக்குப் போனன். இப்ப வேறை அஞ்சாறு பேர் அங்க இருந்தாங்கள்.

'அவங்களுக்கு ஒன்றும் தெரிஞ்சிருக்கேல்லை. தாங்கள் வெளிநாடு போறத்துக்கு வந்திருக்கிறம் எண்டும் இந்த அறையைத் தந்த நண்பர் வேறை எங்கையோ போயிற்றார் எண்டும் சொன்னாங்கள். எனக்குச் சென்னைக்கு திரும்பிறதைத் தவிர, ஒரு வழியும் இருக்கேல்ல.'

மண் கடன் 6

சென்னைக்கும் டெல்லிக்குமாய் அலைந்து அலைந்து களைத்துவிட்டேன். எனது பாஸ்போட் கிடைக்கும் என்ற நம்பிக்கை அற்றுப் போகிற வேளையில்தான் தலைமையைச் சந்திக்கின்ற வாய்ப்புக் கிடைத்தது. அவர் என்னுடன் மிக அன்பாக உரையாடினார்.

'எங்கட இயக்கம் பல்வேறு சிக்கலில் தவண்டை ஆடுது. உங்கடை பிரச்சினையும் அதிலையொன்று. எப்படியும் இரண்டு மூன்று மாதத்திலை நீங்கள் பாஸ்போட் கொடுத்த ஆளைப் பிடிச்சுப் போடுவம்' என்றார்.

'அப்ப நீங்கள் என்ன சொன்னீங்கள்?' எண்டு நான் நாயகத்தைப் பாத்துக் கேட்டன்.

'நான் என்னத்தைச் சொல்லுறது? கெழுத்தி மீனைப் பிடிச்ச கொக்கு மாதிரி விழுங்கவும் முடியாம துப்பவும் முடியாம நிண்டன்.

'இது தங்கட பிழை எண்டுறதை தலைமை மனசார ஒப்புக்கொண்டுது. பிறகு இயக்கத்திலை இருக்கிற சிக்கல்களைச் சொல்லிச்சுது. அதோட பாக்கேக்க என்ர பிரச்சினை சின்னதாத்தான் தெரிஞ்சுது. தியாகங்கள் இல்லாமல் நாட்டு விடுதலை இல்லைத்தானே.

'பாஸ்போட் திரும்பக் கிடைக்கிற வரைக்கும் நீங்கள் இங்க நிண்டு எங்களுக்கு உதவி செய்யுங்கோ. உங்களுக்கு ஒரு பதவி தாறம். ஒவ்வொரு இடத்துக்கும்

போய் எங்கட முகாம்களைக் கண்காணியுங்கோ. நீங்கள் எங்களுக்கு முக்கியம் எண்டும் தலைமை சொன்னார்.

'ஓம் எண்டு சொல்லுறதைத் தவிர, எனக்கும் வேறை வழியில்ல. அவைக்குத் தமிழ்நாட்டில இருந்த முகாம்களில ஒரு பகுதிக்கு நான் உதவிப்பொறுப்பாளன் ஆனன்' எண்டார் விநாயகம்.

கதை கேட்டுக்கொண்டிருந்த எனக்கு ஏறிக்கொண்டிருந்த வெயில் சுட்டது. எப்பிடியும் மத்தியானத்துக்குள்ள இந்தக் கதையக் கேட்டு முடிச்சிட வேணும். என்ர மனம் அந்தரப்பட்டது.

நாயகத்தின்ரை கதையையும் உடல்மொழியையும் பார்க்கும்போது ஓரளவுக்கு உண்மையுள்ளவர் போலத்தான் தெரிஞ்சுது.

எனக்குக் கதை கேட்கிறது பெரிய சந்தோசமான வேலை.

சின்னனிலை அம்மம்மா சொன்ன கதைகள் இப்பவும் ஞாபகம் இருக்கு. அவவைப்போல் கதைகளை இயற்றிச் சொல்கிறவைய எளிதாகக் கண்டுபிடிச்சிடலாம்.

போன கிழமையும் ஒருவர் முள்ளிவாய்க்காலிலை தான் கடைசி மட்டும் நிண்டதாகவும் அங்கே என்ன நடந்தது எண்டு சொல்லிக்கொண்டு நிற்கேக்கையே இவன் கதை அளக்கிறான் எண்டுறது விளங்கிட்டுது. அப்ப பக்கத்திலை நிண்ட துரை சிங்கம் அண்ணர், கதை அளந்தவனைப் பாத்து, 'நீ அப்ப கொழும்பில பிடிபட்டு, மறியலிலை எல்லோ இருந்தனீ' எண்டு சொல்ல, மழுப்பிப்போட்டு ஆள் மாறிட்டான்.

நான் இதையெல்லாம் யோசிச்சுக்கொண்டு இருக்க,

நாயகம் என்னர முகத்தை உத்துப் பாத்திட்டு, 'உங்களுக்கு நேரம் போகுது, இரவுக்குக் கொழும்புக்கல்லோ போகவேணும். நான் சுருக்கமாக சொல்லி முடிக்கிறன்' எண்டு, கதையத் திருப்பித் தொடங்கினார்.

ஒவ்வொரு முகாமையும் போய்ப் பார்த்து, சேகரிக்கிற தகவல்களைத் தலைமைக்குச் சொல்ல வேணும். இதுவொரு சுகமான வேலையெண்டுதான் நினைச்சன்.

'ஒவ்வொரு முகாமிலையும் கனக்க மீசை முளைக்காத சின்னப் பெடியள். ஏதோ உற்சாகத்திலை வந்து இணைஞ்ச வங்கள் மாதிரிக் கிடந்தது. அதில கனக்கப்பேர் தாங்கள் பிறந்த கிராமத்தைத் தவிர, வேற ஊர்களுக்குப் போயிருக்காதவங்கள். இருந்தவங்களில சிலர் சண்டியக்கள். சிலர் புத்திமான்கள்,

சிலர் எதுக்கும் அஞ்சாத கொடுமைக்காரர். இப்பிடித்தான் ஒவ்வொரு முகாமிலையும் ஆட்கள் இருந்தாங்கள்.

நாட்கள் போய்க்கொண்டிருந்திச்சு.

'இயக்கப்பெடியளுக்கும் எனக்கும் பௌத்த சிங்கள அரசின் கொடுமைகள் பற்றியும் நாட்டு விடுதலை பற்றியும் யோசிக்க முடியேல்ல. பிடிச்ச எங்கட பொடியளை மறியலில வைத்து கொன்றதைப் பற்றியோ, அரசு யாழ்ப்பாண நூலகத்தை எரிஞ்ச தைப் பத்தியோ நினைக்க நேரம் இருக்கேல்லை.

'எங்கட பிரச்சினையெல்லாம் இயக்கத்துக்குள்ள இருந்த பிரச்சினைதான். மற்றது, மற்ற இயக்கங்களோட ஏற்பட்ட முரண்பாடுகள்தான்.'

அப்ப நான் இடைமறிச்சு, 'உங்கட பாஸ்போட்டைக் கண்டுபிடிக்க முயற்சி எடுக்கேல்லையோ?' எண்டு கேட்டன்.

கொஞ்ச நேரம் பேசாம இருந்திட்டு,

'ஆரிட்டைக் கேக்கிறது? எல்லாம் பழங்கதையாய்ப் போய்ச்சுது.

'தலைமைக்கு மட்டுமில்ல, எனக்கும் இப்ப தலையான வேலை, இயக்கத்தை விழுந்துவிடாமல் பாதுகாக்கிறதுதான். உண்மையிலேயே நான் என்னையறியாமல் அதுக்குள்ள முழுசா இறங்கிட்டன். இனியெல்லாம் பிரான்சுக்குப் போய் பழைய வாழ்க்கையை வாழ முடியாது எண்டு நினைச்சன். என்னார மண்ணுக்காகப் போராடி அந்த மண்ணிலையே சாக வேண்டும் எண்ட முடிவுக்கு வந்தன். என்னை மாதிரி அங்க கனபேர் இருந்திச்சினம்.

'ஆனா, தலைமை பல திட்டங்களை இண்டைக்கு, நாளைக்கு எண்டு தள்ளிப் போட்டுக்கொண்டே வந்தது.

'நான் இப்ப வெளிநாட்டிலிருந்து வந்த தமிழனா இல்ல. என்னார உடுப்புக்கள், ரெலிபோன் இலக்கங்கள் எழுதிய வைச்சிருந்த புத்தகம் எல்லாத்தையும் துலைச்சுப் போட்டன்.

'எனக்குப் பொறுப்புத் தந்த முகாமில இருந்த சண்டித்தனக் காரன் ஒரு சிறுவனை வயித்திலை உதைச்சுச் சாக்காட்டிப் போட்டான் எண்டு கேள்விப்பட்ட நேரம் மகா சோர்வா இருந்தது.

'இயக்கத்துக்குள்ள இப்படி பல்வேறு விச யங்கள் நடக்கத் தொடங்க, நான் தலைமையோட கொஞ்சம் இறுக்கமாகவே

கதைச்சன். தலைமை என்னைச் சந்தேகப்படுற மாதிரித் தெரிஞ்சுது.

'இருக்கிற இரு பிரிவுகளுக்குள்ள நீ எந்தப் பிரிவு எண்டமாதிரி கதை போகத் தொடங்கிட்டுது.

'இந்த மாதிரியான நேரத்தில இன்னுமொரு செய்தி என்னை இடி மாதிரித் தாக்கிச்சுது. நான் நம்பியிருந்த ஒரு போராளி, தலைமையின்ர ஆட்களினாலேயே கொல்லப்பட்டான் என்பது.

'நல்லா மனமுடைஞ்சு போனன். நான் சென்னைக்கு வந்து ஒரு வருசத்துக்கு மேலாச்சு. இனி இதுக்குள்ளாலை வெளிக்கிட வேணும் எண்ட எண்ணம் வந்தது. எனக்கு இரு அப்பா, ஒரு அம்மா, இரண்டு சகோதரியள் இருக்கினம் எண்ட நினைப்பு வந்தது. இவ்வளவு காலமும் அவையள மறந்துதான் இருந்திருக்கிறன்.

'என்னை எப்படியெல்லாம் தேடியிருப்பார்கள் எண்டு நினைச்சுப் பார்த்தன். மனம் நல்லாக் குழம்பத் தொடங்கிட்டுது. திடீரெண்டு ஒருநாள் இரவு எல்லாவற்றையும் விட்டிட்டு வெளிக்கிட்டுட்டன்.

'கதை கேட்டுக்கொண்டிருந்த எனக்கு ஆவலை அடக்க முடியேல்ல.

'என்ன திட்டத்தோட, எங்க, என்ன மாதிரி வெளிக் கிட்டனீங்கள் எண்டு கேட்டன்.

'அந்த நாள் ஒரு பௌர்ணமி நாள். மரினா பீச்சிலை போய் இருந்து கடுமையா யோசிச்சன். எல்லா வழிகளும் இருட்டாய்த் தான் இருந்தது. என்ர மண்கடமையைச் செய்ய வேணும் எண்டுதான் நான் என்னை அர்ப்பணிச்சனான்.

'இயக்கங்களின்ர தூரநோக்கு இல்லாத செயற்பாடுகள் எங்களுக்கு விடுதலைய வாங்கித் தரப்போற மாதிரித் தெரியேல்ல. யாழ்ப்பாணக் கொழுப்பும் மடமையும் மிஞ்சிக் கிடக்குது. இனி இங்சையிருந்து எதுவும் ஆகப் போறதில்லை. தொடர்ந்து இங்கை இருந்தால் ஒரு பிரயோசனமும் இல்லாமல் என்ரை உயிர்தான் போகும் எண்டு முடிவா நினைச்சிட்டன்.'

'அப்ப எங்க போனனீங்கள்?' எண்டன் நான்.

'திருச்சியிலை எனக்குத் தெரிஞ்ச ஒரு நண்பர் இருந்தார். அண்டைக்கே திருச்சிக்குப் போனன். கையில கொஞ்சக் காசு இருந்தது. கொஞ்ச நாளைக்கு என்னோட தங்குங்கோ, பிறகு யோசிப்பம் எண்டார் நண்பர். கொஞ்சம் ஆறுதலாக இருந்தது.

ஆனாலும் என்ன செய்யிறது எண்டு ஒரு முடிவுக்கு வர முடியேல்ல. பின்னேரங்களில மலைக்கோட்டைப் பிள்ளையார் கோயில் படிகளிலை இருந்து யோசித்துக்கொண்டிருப்பன்.

'கடந்தகாலம் எல்லாம் ஒரு கனவு போல் இருந்தது. வெறுங்கையோட ஊருக்குப் போய் என்ன செய்யிறது? தப்பியோடி அங்க எப்பிடி உயிர் வாழுறது? இந்த இயக்கம் மற்ற இயங்கங்களைப்போல, தப்பியோடினவங்களைத் தேடுறதோ, போடுறதோ குறைவு எண்டாலும் எனக்குப் பயம் இருந்தது.

'அண்டைக்குத்தான் யோசிச்சன். என்ர பிரான்ஸ் பெறோருக்குப் போன் எடுப்பம் எண்டு. எடுத்து எல்லா உண்மைகளையும் சொல்லி உதவி கேட்கலாம் எண்ட நினைப்பு வந்தது.

யோசிச்சு யோசிச்சுப் பார்த்தன் தொலைபேசி இலக்கம் ஞாபகத்திற்கு வரேல்ல. ஏதோ ஞாபகத்திலை கன நம்பருக்கு அடிச்சன். எல்லாத்திலையும் வேறை ஆக்கள்தான் கதைச்சாங்கள்.

'இரண்டு மூன்று மாசமாய் என்னுடைய வீட்டுத் தொலைபேசி இலகத்தை ஞாபகப்படுத்த எவ்வளவோ பாடுபட்டன்.

'ஒருநாள் திருச்சி பாலக்கரையில் படம் பார்க்கப் போய்கொண்டிருக்கேக்கை எனக்கு அந்தத் தொலைபேசி இலக்கம் சரியாய் ஞாபகத்திற்கு வந்தமாதிரிக் கிடந்தது. அண்டைக்கே அவைக்குப் போன் பண்ணினன். அந்த நேரம் பிரான் சிலை சாமம் எண்டாலும் பிரான்ஸ் அப்பா தொலைபேசியை எடுத்தார்.

'முதலில் அவர் என்னார குரலை அடையாளம் காணேல்ல. திரும்பதிரும்ப என்ரை பெயரைச் சொன்னன். அவர் அதிர்ந்த மாதிரிக் கிடந்தது.

பிறகு அவர் அமைதியாக, 'மறியலாலை வந்துவிட்டியோ!' என்றார்.

'எனக்கொன்றும் புரியவில்லை. பிரஞ்சிலை இருக்கிற எல்லாக் கெட்ட வார்த்தைகளையும் சொல்லி என்னைத் திட்டிக் கொண்டேயிருந்தார்.

'சட்டெண்டு போன் அம்மாவின்ர கைக்குப் போக, அவ, 'நீயெல்லாம் ஒரு மனுசனோ, உனக்கு என்ன குறையை விட்டனாங்கள். எங்கடை வீட்டை மூன்றுதரம் பொலிஸ் வந்திட்டுது. நீ தூள் கடத்திப் பிடிபட்டு எங்கையோவொரு

நாட்டிலை மறியலிலை இருக்கிறாய் எண்டு சொன்னாங்கள். என்ர விபரங்களை வாங்கிக்கொண்டு போனாங்கள். இனி நீ எங்கட பிள்ளை இல்லை' எண்டா.

'நான் ஒண்டும் சொல்ல வழியில்லாமல் திகைச்சுக் கொண்டிருந்தன்.

திரும்பியும் போன் அப்பாட்டைப் போக, அவர், 'நாங்கள் ஏதோ தெரியாத்தனமாக் கணித்து உன்னை வளர்ப்புப் பிள்ளையா எடுத்திட்டம். அதை நான் கான்சல் பண்ண அலுவல் பாக்கப் போறன்' எண்டார்.

'வாழ்க்கையில் இனி இன்னொருக்கா உன்னைப் பார்க்க விரும்பேல்லை. இங்கே இனிமேல் தொலைபேசி எடுக்காதே எண்டு சொல்லிப்போட்டு போனை வைச்சிட்டார். இருந்த கடைசி நம்பிக்கையும் செத்துப்போக போனைப் பாத்துக்கொண்டு நிண்டன்.

'அவையின்ர உறவு அறுந்ததுக்காக இல்ல. பிரான்சுக்கு இனிபோகமுடியாது எண்டுறத்துக்காகவும் இல்ல. மண்ணுக்கான கடமையைச் செய்ய வேணும் என்ற மனசார நினைச்சு வந்து இப்படி வீண்பழி சுமந்திருக்கிறதை நினைச்சுப் பெரிசா உடைஞ்சு போனன்.

'பிரான்ஸிலை தண்ணி அடிச்சிருக்கிறன், சிகரெட் குடிச்சுப் பார்த்திருக்கிறன், ஆனா... தூள் எண்டு சொல்லப்படுகிற எந்தப் போதைப் பொருளையும் நான் கண்ணால பாத்தது இல்ல.

'கொலையவிட மோசமானது தூள் கடத்திறது. அந்தப் பழியா எனக்கு மேல விழுந்திருக்கு? அப்ப நான் பட்ட வேதனைக்கு அளவில்ல.

'யாரை நோகிறது? யாரைக் கேட்கிறது? இயக்கத் தலைமையை இன்னொருக்காப் பார்க்கமுடியாது. எதுவும் கேட்க முடியாது.

கண்ணீர் வழிய நண்பனின்ர வீட்டுக்குப் போய்க்கொண்டிருந்தன்.'

மண் கடன் 7

நாயகத்தின் கதை பெரும் துயரங்களைச் சொரிந்தபடி என்னுள் இறங்கிக்கொண்டிருந்துது.

மணிக்கூட்டைப் பாத்தன். இன்னும் ஒரு மணித்தியாலத்தாலையாவது நான் வீட்டுக்கு போக வேணும்.

ஆனா இந்தக் கதையின்ரை முடிவைக் கேக்காமல் போகேலாது.

நான் அந்தரப்படுறதை நாயகம் தெரிஞ்சு கொண்டார். என்ர அவசரத்தை விளங்கிக்கொண்டு கதைய வேகமாச் சொல்லத் தொடங்கினார்.

‘எத்தனை நாளைக்குத்தான் நண்பனுக்குப் பாரமாக திருச்சியில் இருக்கிறது? என்ர மனம் பெரிய பாரத்தோட அலைஞ்சுது. ஒருநாள் திருச்சி மெயின்கேட் பக்கம் நடந்துகொண்டிருந்தன். அதில சாரதா புடவைக்கடைக்குப் பக்கத்தில தற்செயலா எங்கட ஊரச் சேர்ந்த ஒரு பெண்ணைக் கண்டன். அவவுக்குத் தெரியாம சட்டெண்டு மாறுவம் எண்டு நினைக்க, அவ கண்டுட்டா.

‘எடே ... நாயகம் எல்லே நீ’ எண்டு கையப் பிடிச்சிட்டா.

“நீ எங்கையடா இஞ்சை நிற்கிறாய் உன்னைக் காணேல்லை என்று ஊர் முழுக்க கதை. உன்ரை வீட்டு விசயம் தெரியுமோ? உன்ரை தங்கச்சி ஒருத்தி புலிக்கு ஓடிட்டாள். உங்கடை குடும்பம் முழுக்க இப்ப வன்னியிலை எல்லே இருக்கினம்?” எண்டா.

‘அப்பத்தான் என்ர குடும்பத்தைப்பத்தி கடுமையா யோசிக்கத் தொடங்கினன். அண்டைக்கு இரவு முழுவதும் யோசிச்சன்.

'கடைசியா ஊருக்குப் போறதுதான் நல்லதெண்ட முடிவுக்கு வந்தன்.

கையில காசு இல்லை. என்னை ஆதரிக்கிறத்துக்கு அண்ணரும் இல்ல. அங்கபோய் எப்படிச் சீவிக்கிறது? போய் வேற இயக்கங்களிட்ட மாட்டுப்பட்டுச் சாகப்போறனா? இல்ல ஆமியிட்ட சிக்கிச் சீரழியப் போறனா? போனாலும் அப்பாவுக்கு என்னத்தைச் சொல்லுறது?

'ஏன் என்ர வாழ்க்கை இப்பிடியானதெண்டு இடிஞ்சுபோய்க் கண்ணீர் விட்டதைத் தவிர, வேற பதில் ஏதும் எனக்குக் கிடைக்கேல்ல.

'இங்கை இருந்தும் என்ன? ஏதேனும் சாதிக்கவா போறன்? ஊருக்குப் போறதெண்டு முடிவுக்கு வந்தன். அப்பாவுக்கும் தங்கச்சிக்கும் பொருளாதார பலத்தைக் கொடுக்கேலாது எண்டாலும் மனசுக்கு ஆறுதலைக் கொடுக்கலாம் எண்டு நினைச்சன்.

'அடுத்தநாளே சில ஒழுங்குகளச் செய்து, யாழ்ப்பாணக் கரையொண்டில போய் இறங்கினன். கனகாலத்துக்குப் பிறகு அந்த மண்ணில கால் பட்டதில மனசில ஒரு மகிழ்ச்சி வந்துது. ஆசையா வீட்டை நோக்கி நடந்தன்.

'வீடு வெறிச்சோடிக் கிடந்தது. ஒரு சொறி பிடித்த நாய் என்னைச் சுற்றிச்சுற்றி வந்துது. அதின்ர நிறத்தை உத்துப் பார்க்க, ஞாபகம் வந்தது. அது தங்கச்சிமார் ஆசையா வளர்த்த நாய். அப்ப அது அழகான குட்டி.

'இப்ப சாப்பாடும் இல்லாமல கவனிப்பாரும் இல்லாமல சொறி பிடிச்சு அலைஞ்சு திரியுது. எனக்கு என்ர வாழ்வுதான் ஞாபகம் வந்துது.

'என்னை அடையாளம் கண்ட சில ஊர்க்காரரும் உறவினரும் என்னைச் சூழத் தொடங்கிச்சினம். விமானத்தில வந்திறங்கி, ஒரு திமிரோட ஊருக்கு வர வேண்டிய நான், ஒரு பரதேசியப் போல, கடலுக்கால வந்து நிக்கிறன். எனக்கு உள்ளுக்குள்ள அவமானமாயும் சங்கடமாயும் இருந்துது.

'அவையிட்ட பிடி குடுக்காமக் கதைச்சிட்டு, குடும்ப விபரங்களத் தெரிஞ்சுகொண்டன்.

'அப்பாவும் ஒரு தங்கச்சியும் விசுவமடுவில இருக்கிறதா அவை சொல்லிச்சினம். விபரங்கள வாங்கிக்கொண்டு உடனேயே விசுவமடுவுக்கு வெளிக்கிட்டன்.'

செல்வம் அருளானந்தம்

கொஞ்சம் இடைவெளி எடுத்தார் நாயகம். அவரின்ர முகம் வாடிப்போன மாதிரி இருந்துது. விரக்தியோட எங்கேயோ பாத்திட்டு என்னப் பார்த்தார்.

'உங்களுக்கு நேரம் போகுதெண்டால் நீங்கள் போங்கோ' எண்டார். கதை முடியாமல் போகமாட்டான் எண்டுறது அவருக்கு விளங்கிட்டுது. நானும் 'நின்று உங்கள் கதையைக் கேட்டுவிட்டுத்தான் போவன்' எண்டன்.

கதையை ஆரம்பிக்கறத்துக்காக, 'ஊருக்கு வந்த பிறகு என்னமாதிரிப் போச்சுது உங்கட வாழ்க்கை' எண்டன்.

'இப்ப உயிரோடு இருக்கிறன் எல்லே... அந்தளவுந்தான்' எண்டு கோபப்பட்ட மாதிரிச் சொன்னார்.

நான் கெஞ்சிற மாதிரி அவற்ரை முகத்தைப் பாத்தன். விட்ட இடத்தில இருந்து தொடங்கினார்.

'விசுவமடுவுக்குப் போய் அப்பாவையும் தங்கச்சியையும் பாத்தன். அப்பா ஒண்டுமே கேக்கேல்ல. தங்கச்சிதான் விடுத்து விடுத்து ஏதோவெல்லாம் கேட்டுக்கொண்டிருந்தாள்.

'ஏன் ஊரை விட்டு இங்கை வந்தனியள்?' எண்டு கேட்டன்.

'இயக்கத்துக்கு ஓடிப்போன தங்கச்சியத் தேடித் திரிஞ்சு, கடைசியா இங்க வந்து தங்கிட்டம் எண்டு அப்பா சொன்னார். அப்பாவுக்கு அவளில நல்ல பாசம். 'அவள் கிட்டடியிலதான் ஒரு காம்பில இருக்கிறாள். அடிக்கடி வந்து பாத்திட்டுப் போவாள் எண்டார்.'

நாயகம் என்னைப் பார்த்தார்.

'நான் என்ற துன்பங்கள ஆற்றுறத்துக்காக இப்படியே சொல்லிக்கொண்டு போவன். ஆனா உங்களுக்கு நேரம் போயிரும். சின்னசின்ன விசயங்களாச் சொல்லி கதைய முடிக்கிறன்' எண்டார்.

'அப்பருக்கு ஊரிலை வீட்டைத் தவிர ஒரு காணி மெயின் றோட்டில இருந்துது. அந்தக் காணியில அப்பற்ரை தங்கச்சிதான் இருந்தவ. அவ ஒரு விதவை. அப்பா ஊருக்குப் போய் அந்தக் காணிய வித்துப்போட்டு, கொஞ்சக் காசை அண்ணிக்கும் குடுத்துப்போட்டு, மாமியக் கூட்டிக்கொண்டு விசுவமடுவுக்கு வந்திட்டார்.

அந்தக் காசை அப்படியே என்னட்டை தந்தார்.

'உன்ர மற்றத் தங்கச்சி வருவாளோ தெரியாது. ஆனா இருக்கிறவள பாதுகாத்துக் கரை சேர்க்க வேணும். இந்தக் காசில ஒரு பகுதிய எடுத்துக் காணி வாங்கித் தோட்டம் துரவு

ஏதாவது செய். என்னாலையும் இனி ஏலாது. மாமியும் நானும் உங்களுக்குத் துணையா இருப்பம், எண்டார்.

'நானும் விசுமடுவில ஒரு காணியை வேண்டி தோட்டம் செய்யத் தொடங்கினன். ஏலாது எண்டாலும் அப்பர் பெரிய உதவியாய் இருந்தார்.

'இயக்கத்துக்குப் போன தங்கச்சிய நானும் பார்க்க விரும்பினன். ஆனா அவள் வரேல்ல. அப்பாட்ட தங்கச்சியப் பாக்கோணும் எண்டு சொன்னன். அப்பா காம்புக்குத் தகவல் சொன்னார்.

அவள் ஒரு கிழமை லீவு எடுத்திட்டு வந்து என்னோட நிண்டாள். எனக்கு என்ன நடந்தது எண்டு ஆருக்கும் தெரியாது எண்டுறதுதான் என்ர நினைப்பு. ஆனா அவள் என்னப்பத்தி எல்லாத்தையும் தெரிஞ்சுவைச்சிருந்தாள்.

'உன்ரபாஸ்போட்டை எடுத்தவன் உத்தியோக பூர்வமாகவே அதை இன்னொருவனுக்குக் குடுத்துத் தூள் கடத்தினவன். அது உனக்கும் தெரியுமோ?' எண்டு கோபத்தோட கேட்டாள்.

'நீ அந்த இயக்கத்தில இருக்கிற வெறுப்பில கதைக்கிறாய். உண்மையில நடந்ததெல்லாம் தலைமைக்குத் தெரியாது' எண்டன் நான்.

'அவள் சிரித்துக்கொண்டு 'எங்களுக்கு எல்லாம் தெரியும். நீ பாஸ்போட் குடுத்தவன் கொழும்பிலை நிற்கிறான். பாஸ்போட்டோடை பிடிப்பட்டவன் மறியலால வந்து சித்தன்கேணியிலே நிற்கிறான். அதுவும் ஒரு இயக்கம் எண்டு அதிலை போய்ச் சேர்ந்து எல்லாத்தையும் அழிச்சுப்போட்டு நிற்கிறாய்' எண்டு சின்னச் சினத்தோட என்னப் பார்த்தாள்.

'ஒரு சின்னப் பெட்டையாய் இருந்தவள் என்னமாய் வளர்ந்து எப்பிடிக் கதைக்கிறாள்?

'நானும் விடேல்லை. ஏன்ரி உன்ரை இயக்கம் இப்படி கொடுமையாக நடக்குது. சொந்தச் சகோரங்களையே இப்படிக் கொல்லுது?' எண்டன்.

'அவள் கொஞ்ச நேரம் பேசாமல் நிண்டாள்.

'அண்ணை நாங்கள் ஒரு சத்தியவேள்வியை நடத்துறம். நீ பகவத்கீதை படிச்சிருக்கமாட்டாய். நாங்கள் அதையெல்லாம் படிச்சிருக்கிறம். வேள்விக்கு முன்னால அண்ணன், தம்பி, சித்தப்பன், மாமன் எண்டு எவரும் இல்லை. போர் என்று

செல்வம் அருளானந்தம்

இறங்கிவிட்டால், கொல், அல்லது கொல்லப்படுவாய் இதுதான் கீதையின்ர போர் அறம் எண்டு ஆங்காரமாய்ச் சொன்னாள்.

'அவளின்ர குரலையும் கோட்பாட்டையும் கேக்க எனக்குப் பயம் வந்தது. நானும் இன்னொரு இயக்கத்திலை சம்பந்தப்பட்டவன். இவளின்ர மண்டைய இப்பிடிக் கழுவியிருக்கிறாங்களே எண்டு யோசிச்சுக்கொண்டு,

'நீங்கள் மாத்திரம் இல்ல, நானும் போன இயக்கத்திட்டையும் சிங்கள ஆமியோட போருக்குப் போற திட்டம் பெரிசா இல்ல. ஆனா, சக தோழர்கள எப்படி வதைக்கலாம் எண்டுறத்துக்காகவே இயக்கம் தொடங்கினவங்களப்போல இருந்தாங்கள். எல்லா இயக்கங்களும் அப்பிடித்தான்போல எண்டு' சொல்லிச் சமாளிச்சன்.

'கிட்டத்தட்ட நானும் அவளும் சண்டை பிடித்த மாதிரித்தான் இருந்துது. அந்த இரவு மற்றத் தங்கச்சிதான் இரண்டு பேருக்கும் இடையில நிண்டு சமாதானப்படுத்தினாள்.

'அடுத்தநாள் காலையில, நான் வயல் வரப்பில நிண்டு வானத்தையும் மரங்களையும் பறவைகளையும் பார்த்துக்கொண்டு நிண்டன். புலித் தங்கச்சி பின்னால வந்து தோளைத் தொட்டு,

'அண்ணை என்னோட கோபமோ? எவ்வளவு நாளைக்குப் பிறகு நான் உங்களக் காணுறன். உங்களோட கனக்கக் கதைச்சுப் போட்டன்' எண்டு கண்கலங்கினாள்.

'அவள் முகத்தை உற்றுப் பார்த்தன். நான் சின்னனிலை பார்த்த அம்மாவின்ர முகம் அவளில நிழலாடியது. அம்மா போலவே நெட்டி நிமிர்ந்து அழகிய மரம் போல் இருந்தாள்.

'தங்கச்சி' என்றேன்.

'என்ன அண்ணா?' என்றபடி நெருங்கி வந்தாள்.

'நீ இயக்கத்தை விட்டிட்டு எங்களோட வந்து இருக்க இயலாதா? அப்பரும் எவ்வளவு நாளைக்கு இருக்கப்போறார். அண்ணனும் போய்ச் சேர்ந்திட்டார். இப்ப நான்தான் எல்லாத்தையும் பார்க்க வேணும்.

விடுதலைப் போராட்டம் தொடங்கி இந்தக் கொஞ்ச நாளிலை எங்கள் குடும்பம் செய்யக்கூடியது எல்லாம் செய்து போட்டுது. நீ கடிதம் கொடுத்துட்டு வந்திடம்மா' என்றேன்.

'அண்ணை, நான் இயக்கத்துக்குப் போகேக்கை இரண்டு மூன்று நண்பிகளோட சேர்ந்து ஏதோ ஒரு உணர்ச்சியில்தான் போனன்.

சொற்களில் சுழலும் உலகம்

'இப்ப அப்பிடியில்ல. நீ சொன்ன மாதிரி எங்கடை இயக்கம் பிழைகள் செய்திருக்கலாம் அது வேறை. ஆனா நான், நாடு விடுதலை அடையும் மட்டும் இயக்கத்தை விட்டிட்டு வரமாட்டன். அது என்ரை கொள்கை.

'மற்றது, என்னை நம்பி தொழிநுட்பத்துறையிலை தலைமை என்னைப் படிப்பிச்சிருக்கு. கெதியில நான் ஒரு பொறுப்பாளரா வருவன் எண்டு தலைமை என்னை நம்பியிருக்கு. தலைமைக்குத் துரோகம் செய்தாலும், உயிரைக் குடுத்து நாட்டைக் காப்பம் எண்ட நம்பிக்கையோட, என்னோட இருக்கிற சக போராளிகளுக்கு நம்பிக்கைத் துரோகம் செய்ய இயலாது.'

'பேச்சில உறுதி தெறிச்சுது.

'நான் மேலே சூரியனைப் பார்த்துக்கொண்டு நிண்டன். என்னட்ட பேச எதுவும் இருக்கேல்ல.

'கொஞ்ச நேரம் மௌனமாக இருந்தவள், 'அண்ணா' எண்டு மெல்லக் கூப்பிட்டாள்.

'சண்டை கடுமையாகும்போல இருக்கு. திரும்பவும் உங்களச் சந்திப்பேனோ தெரியாது. இருக்கிற குடும்பத்தைக் கவனமாய் பார் அண்ணா என்றவள், அன்று மத்தியானமே காம்புக்குப் போயிட்டாள்.

'அதுக்குப் பிறகு நான் அவளைப் பார்க்கேல்ல.

'அண்டைக்கு அந்த அழகான வயலுக்கு நடுவில, அம்மாவின்ர தோற்றத்தோட அவள் நிண்ட கோலம் ஒரு இதமான படமாய் என்ரை மனசில இன்னமும் ஒட்டிக்கொண்டிருக்கு.

'அவளின்ர உடலைக்கூட எங்களால பார்க்க முடியாமல் போச்சுது.'

நாயகத்தின் கண்களில் இருந்து கண்ணீர் வடிந்து கொண்டிருந்தது. அந்தக் கண்ணீருக்குள்ள எங்கட இனத்தின்ர கால் நூற்றாண்டுக் கதை தெரிஞ்சுது.

செல்வம் அருளானந்தம்

மண் கடன் 8

தங்கையின்ர இழப்பு, நாயகத்தைக் கடுமையாப் பாதிச்சிருந்துது. அவற்ரை முகத்தைப் பாத்தன். தொடர்ந்து பேசிற மனநிலையில நாயகம் இல்லை எண்டுறது விளங்கிட்டுது.

'என்ன ... நீங்கள் யோவான் அப்புவிட்டை வேண்டினதை இன்னும் குடிச்ச மாதிரித் தெரியேல்லை. கதை கேட்கிற அவசரத்தில் இருக்கிறியள்' எண்டு சொல்லிச், சின்னதாய் புன்னகைச்சார்.

'உங்களோட என்ர பழைய கதையளப் பகிர்ந்து கொண்டதில கொஞ்சம் மனமுட்டு குறைஞ்சமாதிரிக் கிடக்கு' எண்டு சொல்லிப்போட்டு அண்ணாந்து வானத்தைப் பார்த்தார் நாயகம்.

என்னட்ட கிடக்கிற சில கேள்வியக் கேக்கிறத்துக்கு இதுதான் சந்தர்ப்பம் எண்டு நினைச்சு,

'முள்ளிவாய்க்கால் யுத்தத்தில நீங்கள் மாட்டுப்பட்டிருப்பியள் . . . எப்பிடித் தப்பி யாழ்ப்பாணம் வந்தனீங்கள்?' எண்டன்.

'அது என்ர மற்றொரு அவல அத்தியாயம். கடக்க முடியாத துயரங்களையும் தூக்கம் வராத இரவுகளையும் இரத்தம் வழிஞ்ச அந்த நீண்ட நாட்களையும் இலேசிலை மறக்க ஏலாது. நான் முள்ளிவாய்க்கால் கடலின்ர ஓரம் வரைக்கும் போய்த்தான் மீண்டு வந்திருக்கிறன். இதுகளை முழுக்கச் சொல்லுறது எண்டால் நீங்கள் இண்டைக்கு கொழும்புக்குப் போக ஏலாது' எண்டு மெல்லிசாய்ச் சிரிச்சவர் எண்ட கேள்விக்குப் பதிலைச் சொல்லத் தொடங்கினார்.

'என்ர வாழ்க்கை தோட்டமும் வீடுமாய்ப் போய்க் கொண்டிருந்துது. அங்கங்க சண்டைகள் நடக்கும். அதெல்லாம் பழகிப்போக, ஏதோ வாழ்க்கை நன்கு போய்க்கொண்டிருந்துது. 'இடையில கொஞ்சக்காலம் சமாதான காலம் எண்டாங்கள். தங்கச்சிக்கு வன்னியில ஒரு மாப்பிள்ளை பாத்துக் கட்டிவைச்சன். மண்கடமை செய்ய வெளிக்கிட்ட நான், கடைசியா குடும்பக் கடமைகளையாவது செய்யக் கிடைச்சிதே' எண்டு சந்தோசப்பட்டன்.

முள்ளிவாய்க்காலின்ர கடைசி நாட்கள். நந்திக்கடல் ஓரங்களில என்ன நடந்தது எண்டுறதை இவர் சொல்வாரோ எண்டு எதிர்பார்த்தன். ஆனா அவர் தொட்டுத் தொட்டு ஏதோ கதைச்சுக்கொண்டிருந்தார் நானும் விரிவாய் எதையும் கேட்கமுடியாத நிலையில் இருந்தன்.

'நீங்கள் கலியாணம் முடிக்கேல்லையோ' எண்ட கேள்விய நேரடியாகவே கேட்டன். எனக்கும் அவசரம்.

நாயகம் என்னை கொஞ்சம் முறைப்போட பாத்தார்.

'அதையும் ஒருக்கா செய்து பாத்தனான். ஆனா சரிவரேல்ல. சரி அதுகள விடுங்கோ நேரம் போகுது நீங்கன் போகவெல்லோ வேணும்' எண்டு கதைய முடிக்கப் பார்த்தார்.

'நான் போகத்தான் வேணும். ஆனா இன்னொருக்கால் வாழ்க்கையில உங்களைச் சந்திக்கலாமோ தெரியாது. 'மண்கடமை மண்கடமை எண்டு சொல்லிப் போராட்டத்துக்கு வெளிக்கிட்டீங்கள். இண்டைக்கு அதுபற்றி என்ன நினைக்கிறியள்?' எண்டன்.

'ஓம் . . . நான் என்ர மண்கடமையச் செய்திருக்கிறன். இருபத்தியேழு பேரை முள்ளிவாய்க்காலிலை அடக்கம் செய்தன் என்ரை அப்பர் உட்பட' இதைச் சொல்லேக்க அவற்ரை முகம் சிலிர்த்துக்கொண்டு வந்திச்சுது.

நான் எதுவுமே பேசாமல் மௌனமாக இருந்தன்.

'இன்னும் கனபேருக்கு அந்தக் கடைசி நேரத்தில உதவியிருக்கலாம். அன்னை திரேசா சொன்னமாதிரி ஒரு மனுசனுக்குச் செய்யிற ஆகப்பெரிய உதவி, அவன்ரை கடைசி நேரத்திலை அவனுக்குப் பக்கத்திலை நிண்டு உதவி செய்யுறதுதான். என்னாலை கனக்கச் செய்ய முடியேல்ல. எங்கை இன்னும் கொஞ்ச நேரத்திலை நானும் செத்திடுவனோ எண்டு பயந்துபயந்து விடிஞ்ச நாட்கள் அது. ஐயோ நான் சாகப்படாது சாகப்படாது என்று தவிப்போடு இருந்தன். அப்பர் செல் பட்டுக் கிடக்கேக்கை

தங்கச்சிகூடப் பக்கத்திலை இல்லை. என்ரை மடியிலைதான் அப்பா கடைசி மூச்சை விட்டார். சாகும்போது ஒரு வார்த்தை சொன்னார்: 'நீ என்ரை நல்ல மகன்' எண்டு. அது எனக்கு என்ரை வாழ்நாள் முழுக்க காணும்.'

என்னட்ட கேள்விகள் புதிசா வரத் தொடங்கிட்டுது. 'உங்களை அவங்கள் கட்டாய ஆள்சேர்ப்பில சேர்க்கேல்லையோ' எண்டு கேட்டன்.

'இல்லை' என்றவர், 'என்ரை தங்கச்சியின்ரை புருசன் அதில் அகப்பட்டுப் போனார். அப்பர் செத்த பிறகு, நானாகப் போய் ஒரு தற்காலிக வைத்தியசாலையில தொண்டராக வேலை செய்தன். அதுதான் நான் வாழ்வை அர்ப்பணிச்சுக் கொண்ட பெரிய மண்கடமை எண்டு நினைக்கிறன். எல்லாம் முடிஞ்ச பிறகு முள்வேலிக்குள்ளை கொண்டுபோய்விட்டார்கள். தங்கச்சியும் மூன்று பிள்ளையளும் எங்கையெண்டு தெரிஞ் சிருக்கேல்லை. அவளின்ர புருசனையும் காணேல்லை. இருந்த ஒரு தங்கச்சிக்கு என்ன நடந்தது எண்டு தெரியாமல் இப்ப நான் முள்வேலி முகாமில தனிச்சு நிண்டன். அந்தக் கடற்கரையிலை நிக்கேக்க, சாகப்படாது சகாப்படாது என்று கடவுளை வேண்டின நான், இன்னும் ஏன் என்னை வைச்சிருக்கிறாய் எண்டு கடவுளைத் திட்டிக்கொண்டிருந்தன். தங்கச்சியும் பிள்ளையளும் தென்மராட்சி முகாமில இருக்கினம் எண்டு அறிய எனக்குச் சில மாதங்களாச்சு. நான் வன்னி முகாமில இருந்தன். ஐஞ்சாறு மாசத்துக்குப் பிறகுதான் தங்கச்சியக் கண்டன். அவளின்ர புருசனை இப்பவும் தேடிக்கொண்டிருக்கிறம்' எண்டு சொல்லிப் போட்டு,

'இந்தளவும்தான் எண்ட கதை. இனி நீ வெளிக்கிடலாம்' எண்டு சொன்னபடி என்னைப் பார்த்தார்.

கதை முடிஞ்சு போச்சுது எண்டாலும் நானும் ஏதேனும் சொல்ல வேணும் எண்டுறத்துக்காக 'பெடியங்கள் பக்கமும் கனபிழை இருக்கு. இப்படியெல்லாம் வரும் என்று யோசிச்சிருக்க வேண்டாமோ' எண்டன்.

நாயகம் கொஞ்சம் கோபம் ஆயிட்டார். கடைசி நேரத்திலை இது தேவையில்லாத கேள்வியோ எண்டு யோசிச்சன்.

'நான் கடைசி வரைக்கும் அவங்களோட இணைஞ்சு எந்த வேலையும் செய்யேல்லை. நாங்களெல்லாம் மண்விடுதலைக்குப் போனது புளிச்சலிலை எண்டு நினைக்கிறியளோ? எங்களுக்குள்ளை ஏகப்பட்ட குறைபாடுகள் இருந்ததை எல்லாரும் ஒப்புக்கொள்ள வேணும். அதுதான் விடுதலை எண்ட

பெயராலை பல இயக்கங்கள் வெளிக்கிட்டத்துக்குக் காரணம். குறைபாடுகளை விளங்காமல்தான் உள்ளுக்கை அடிபட்டாங்கள். இது உலகம் முழுக்க நடக்கிற பொதுவான செயற்பாடுதான். நான் இங்கை வாழ்கின்றபடியால் சொல்லுறன். நீங்கள் மட்டுமில்ல இஞ்சையும் கனபேர் இப்பபடித்தான் கதைக்கினம். ஒரு சின்னக் கதையொன்று சொல்லுறன் கேளுங்கோ. பிரெஞ்சு மொழியில் அதை வாசிச்ச ஞாபகம். ஒருவன் ஒரு அழகான விலைகூடின குதிரையொண்டை ஆசையாய் வளர்த்தான். திடீரென்று அந்தக் குதிரையை ஆரோ களவெடுத்துப் போட்டாங்கள். அதைக் கேள்விப்பட்ட சொந்தக்காரர், நட்புகள் எண்டு கனபேர் அவன்ர வீட்டுக்கு வந்திச்சினம். வந்தவை குதிரைக் கொட்டிலைப் பார்த்துப்போட்டு,

'கொட்டிலைக் கொஞ்சம் பாதுகாப்பானதாக் கட்டியிருக்கலாம்'

'வெளிச்சுவரை கொஞ்சம் உயர்த்தி எழுப்பியிருக்கலாம்'

'இரவிலை ஒரு காவல்காரனை வைச்சிருந்திருக்கலாம்'

'நீங்களும் படுக்காமல் முழிச்சுக்கொண்டு குதிரையைப் பாதுகாத்திருக்கலாம்'

'இப்படியெல்லாம் சொல்லித் துக்கம் விசாரிச்சினம்.

'கடைசியா குதிரைக்காரன் சொன்னான், 'ஐயோ . . . நீங்கள் எல்லாரும் என்னைப் பத்தித்தானே பேசிக் கொண்டிருக்கிறியள். குதிரையைக் களவெடுத்துக்கொண்டு போனானே அந்த மோசக்காரன்... அவனைப் பத்தி ஒரு வார்த்தை கதைக்கிறீங்கள் இல்லை.' இண்டைக்கு முள்ளிவாய்க்கால் பத்தின ஆய்வுகள் எல்லாம் இந்த மாதிரித்தான் போய்க்கொண்டிருக்குது என்றார்.'

நானும் வெளிக்கிட வேணும். புலம்பெயர்ந்தவைக்கு எண்டு ஒரு பண்பாடு கலாச்சாரம் இருக்கெல்லோ. அவருக்கு ஏதேனும் உதவுவம் எண்டு நினைச்சு அண்டைக்கு அங்க வரேக்கையே 25 ஆயிரம் ரூபாயைக் கொண்டுவந்திருந்தன்.

அதை நாயகத்துக்குக் குடுப்பம் எண்டு நினைச்சு, பொக்கற்றுக்குள்ள கைய விட்டுக்கொண்டு, 'இப்ப சீவியத்துக்கு என்ன செய்யிறியள் எண்டன்.'

'எனக்கொரு குறையும் இல்லை. இப்ப தங்கச்சியின்ர மூண்டு பிள்ளைகளையும் வளர்க்கிறதுதான் என்ர மண்கடமை. எனக்குப் பணக் கஸ்டம் இல்லை. முகாமிலையிருந்து நானும் தங்கச்சியும் இங்க வந்திட்டம். பாழடைஞ்சு கிடந்த வீட்டைத் திருத்தி இப்ப

அதிலை சீவிக்கிறம். வீட்டிலை அப்பா அம்மாவின்ர நினைவாய் ஒரு புகைப்படம்கூட இல்லை. என்னட்டை பிரான்சிலை அது இருந்தது. இஞ்சை இருந்தது எல்லாம் அழிந்து போச்சுது. என்ரை அந்த பழைய பிரான்ஸ் நண்பன் கட்டைப்புட்டனுக்கு ஒரு கடிதம் போட்டன். நான் இருந்த ஊருக்குப் போய், என்ரை பிரஞ்சுப் பெற்றோரைக் கண்டு, அந்த படங்களை வாங்கி அனுப்பச் சொல்லி. அவனும் போய்க் கேட்டிருக்கிறான். அங்கை நின்டவை தாங்கள் அனுப்புவதாக என்னுடைய விலாசத்தை வேண்டியிருக்கினம். பிறகு, எனக்கு என் அம்மா அப்பாவின்ர புகைப்படத்தோட ஒரு கடிதமும் செக்கும் எனக்கு வந்தது. என்னைப் பிரான்சுக்கு வாவெண்டு அடம்பிடிச்சு என்ர சகோதரனே எழுதியிருந்தான். தாய் தகப்பன் இரண்டுபேரும் இறந்துபோனார்கள் எண்டு வாசிக்க, எனக்கு மனம் கலங்கிப் போச்சு. என்னைத் தங்கட சொந்தப் பின்ளையாப் பார்த்தவை. தாய் இறக்கும்போது தங்கட சொத்தில் ஒரு சிறிய பகுதியை என்னைக் காணேக்க குடுக்க வேணும் எண்டு சொன்னவையாம். இலங்கையிலை வேலை செய்து தன்ர பாட்டிலே வாழ்ந்து கொண்டிருந்த பெடியனை இஞ்ஞை கூட்டிக்கொண்டு வந்து கஸ்டப்படுத்திப் போட்டம் எண்டு கவலைப்பட்டவை எண்டும் எழுதியிருந்தான். நான் தூள் கடத்தினதிலை சம்பந்தப்படேல்லை எண்டுறதை நாங்கள் இப்ப நம்புறம் எண்டும் ஆனா நான் ஒரு பயங்கரவாத இயக்கத்துக்குப் போனதை தன்னாலை விளங்கிக் கொள்ள முடியேல்லை எண்டும் எழுதியிருந்தான். எனக்கு அந்தப் பணத்திலை விருப்பம் இல்லைத்தான். என்ரை நிலமையும் மருமக்களின்ர எதிர்காலத்தையும் நினைச்சு அந்த பணத்தை ஏற்றுக்கொண்டன். ரோசம் மானம் என்று வீம்பு பேசக்கூடிய நிலமையிலையா இருக்கிறன்? அவையின்ர காசிலைதான் இப்ப வாழுறன்,' எண்டார். பிறகு 'போன வருசம் அந்தச் சகோதரன் இங்கை வந்து என்னைப் பாத்திட்டுப் போனார். அற்புதமானவன்' எண்டுசொல்லிப் பெருமூச்சு விட்டார்.

பொக்கற்றிலை விட்ட கைய வெளிய எடுத்திட்டு, 'இனி நான் வெளிக்கிடப் போறன் கடைசியாய் ஒரு கேள்வி?' எண்டன்.

நாயகம் என்னை உத்துப் பார்த்தார்.

'இனி தமிழரின்ர நிலைமை என்ன?' எண்டன்.

சின்னதாய்ச் சிரிச்சுக்கொண்டு, 'திடீரெண்டு ஒரு கிராமத்திலை எதிரியள் புகுந்து முழுக்கிராமத்தையும் கொள்ளையடிச்சு, நியாயமா ஆக்களையும் சாக்காட்டி ஊரையும் எரிச்சுப்போட்டுப் போனால் எஞ்சியிருக்கிறவைக்கு என்ன நடக்கும்?' எண்டார்.

எனக்கு ஒண்டும் சொல்லத் தெரியேல்லை.

நாயகமே விடையையும் சொன்னார். 'அந்த மக்களின்ர மனநிலை பாதிக்கப்பட்டிருக்குமெல்லே. காயம் பட்டவைக்கு வைத்திய உதவி செய்யிறது மட்டும் மருத்துவம் இல்ல. அவையின்ர மனக்காயங்களுக்கும் மருந்து போட வேணும்.

'பயத்தாலையும் விரக்தியாலையும் என்ன செய்யிறது எண்டு தெரியாம சமூகம் மனப்பிராந்தி பிடிச்சுப் போயிருக்கு. அவைக்கான உடனடித் தேவை என்னெண்டா ஆறுதலும் ஆற்றுப்படுத்தலும்தான். இதுக்கு மானிடத்தை நேசிச்சு அர்ப்பணிப்போடையும் தீர்க்க தரிசனத்தோடையும் சேவை செய்யிற மனிதாபிமானிகள் தேவை. அதுக்கான ஆட்கள் இங்கையோ அயலிலையோ இல்ல. புலம்பெயர்ந்து போனவை செய்யிற உதவி பெரிசுதான். ஆனா வெளிநாட்டுக்குப் போனவை அங்கை நடக்கிற கூத்துகள அறியேக்கை... இங்க வந்துபோற சில பேருடைய நடத்தைகளைப் பார்க்கேக்க அது இன்னும் . . . வேண்டாம், வெளிக்கிடேக்க உங்கள நோகடிக்கப்படாது. மனநோய் விடுதி மனநோயாளிகளின்ர கட்டுப்பாட்டில, வந்தமாதிரி எங்கள் சமூகமும் மாறிக்கொண்டிருக்கு' எண்டார்.

இதற்கு மேல கேக்க என்னட்டையும் ஒண்டும் இல்ல. நாயகத்தின் கையப் பிடிச்சு, 'திருப்பி வரேக்க வாய்ப்பிருந்தால் சந்திப்பம்' எண்டு சொல்லிப்போட்டு வெளிக்கிட்டன்.

எனக்கு நல்லாத் தெரிஞ்சிருந்தது. என்ரை வாழ்க்கையில நான் சந்திச்ச மனிசருக்குள்ள இடத்தில நாயகம் எண்டைக்கும் இருப்பார் எண்டிறது.

●